தமிழ் சினிமா இசையில்
அகத்தூண்டுதல்

தமிழ் சினிமா இசையில் அகத்தூண்டுதல்

T.சௌந்தர்

டிஸ்கவரி புக் பேலஸ்

கே.கே.நகர் மேற்கு, சென்னை - 600 078.
(பாண்டிச்சேரி கெஸ்ட் ஹவுஸ் அருகில்)
Ph: 044-6515 7525 Mobile: +91 87545 07070

தமிழ் சினிமா இசையில் அகத்தூண்டுதல் (கட்டுரைகள்)
ஆசிரியர்: T.சௌந்தர்©

Tamil Cinema Isaiyil Agathoonduthal (Essays)
Author: T.Sounthar©

Publiseher: Discovery Book Palace (P) Ltd.
First Edition: July - 2016
Pages: 160 - ISBN: 978-93-84301-72-9
Cover Design: Narendran
Book Design: R.Prakash

Discovery Book Palace (P) Ltd,
6, Mahaveer Complex, Munusamy Salai,
K.K.Nagar West, Chennai-600 078.
Ph: +91 - 44-6515 7525
Mobile: +91 87545 07070

E-mail: discoverybookpalace@gmail.com,
Website: www.discoverybookpalace.com

Rs. 140

என் இசை, ஓவிய ஆர்வத்தின் வேரும், மூலமுமாகிய
என் தாத்தா 'சன்னாசியார்' என ஊர் மக்களால்
அன்புடன் அழைக்கப்பட்ட
திருவாளர். முருகன் கணபதி அவர்களுக்கு
எனது முதல் நூல் சமர்ப்பணம்.

முன்னுரை

இசை என்பது ஒரு பேராறு அது காலத்துக்கும், தேவைக்கும் ஏற்பத் தன்னை மாற்றி ஓடிக் கொண்டிருக்கிறது. இம்முன்னுரை இரண்டு பகுதிகளைக் கொண்டுள்ளது. ஒன்று தமிழர் மத்தியில் இசை வளர்ந்த வரலாறு. மற்றது இந்த வரலாற்றுப் பின்னணியில் செளந்தர் எழுதிய இந்நூலும் தமிழ் சினிமா இசையும்.

தமிழர் மத்தியில் இசை வளர்ந்த வரலாறு

நீண்ட வரலாற்றுப் பாரம்பரியம் கொண்ட தமிழ் மக்கள் சங்கீதத்திலும் அறாத் தொடர்ச்சியுடைய நீண்டதொரு வரலாற்றினைக் கொண்டுள்ளனர்.

இவ்வறாத் தொடர்ச்சி ஆதார பூர்வமாகவும் விஞ்ஞான பூர்வமாகவும் இன்னும் எழுதப்படவில்லை. ஆங்காங்கே சில முயற்சிகள் நடைபெற்றுள்ளன. எனினும் இலக்கியத்திற்கூடாகவும் கல்வெட்டுக்களுக்கூடாகவும் கிடைக்கும் சான்றிதழ் இவ் அறாத் தொடர்ச்சியினை இணங் காண உதவுகின்றன.

தமிழிசையில் ஆரம்ப வரலாறு பற்றிக் கற்பனையானதொரு வடிவமே எம் மத்தியில் பேசப்படுகின்றது. வெண்டாளி, வியாழ மாலை, முதுநாரை, முதுகுருகு, பரதம் போன்ற பல நூல்ளைக் குறிப்பிட்டு இவை முதல் சங்கத்திலும், இடைச் சங்கத்திலும் எழுந்த நூல்கள் என்றும் இவை சங்கீதம், நடனம் பற்றிய சாஸ்திர நூல்கள் என்றும் இவை கடல் கோள்களினால் அழிவுற்றன என்றும் கூறும் ஒரு மரபு ஒன்று நின்று நிலவுகின்றது.

இன்றுவரை இது ஒரு கற்பனையான வரலாறாகவே உள்ளது.

இக்கற்பனை வரலாறுகளிலும் உண்மை இல்லாமல் இல்லை. புராணங்களிலே சரித்திரத்தின் மிக முக்கிய தகவல் கிடைப்பது போல் இந் நூலில் தமிழர்களின் சங்கீதம் பற்றிய தகவல் கிடைக்கக் கூடும்.

இக்கற்பனை வரலாற்றை இலக்கிய சான்றுகளோடும் கல்வெட்டுச் சான்றுகளோடும் சரித்திரச் சான்றுகளோடும் இணைத்து ஆராய வேண்டும்.

பண்டைத் தமிழ்மக்கள் பற்றி நமக்குக் கிடைக்கின்ற முக்கிய ஆதாரங்கள் சங்க இலக்கியங்களே. அவை தவிர, அண்மைக் காலமாக தமிழ்நாட்டில் அகழ்வாரய்வில் கிடைக்கும் சான்றுகளும் உதவுகின்றன. எல்லா இனத்தவரையும் போலவே தமிழ்மக்களும் வேட்டையாடும் நிலையில் நின்று, மந்தை மேய்க்கும் நிலைக்கு வளர்ந்து, வேளாண்மை செய்த நிலையாக ஓர் இடத்தில் வாழும் நிலைக்கு வளர்ந்து, கடல் கடந்து வியாபாரம் செய்யும் நிலைக்கு வளர்ந்துள்ளனர்.

சங்க இலக்கியங்கள் கூறும்:

குறிஞ்சி, (மலை வேட்டை)

முல்லை, (காடு மந்தை மேய்ப்பு)

மருதம், (வயல் வேளாண்மைச் செய்கை)

நெய்தல், (கடல் மீன் பிடி, வணிகம்)

எனும் நிலம் சார் பண்பாடுகள் தமிழர் சமூகம் பரிணாம வளர்ச்சிப்படி படிப்படியாக வளர்ந்த நிலையினைச் சுட்டி நிற்கின்றன எனச் சில ஆய்வாளர்கள் கருதுகின்றனர்.

இந்த நான்கு இடத்திலும் வாழ்ந்த தமிழ் மக்கள் தத்தம் நிலங்களில் தாம் வாழ்ந்த நிலத்திற்கு ஏற்ப இசை மரபுகளைக் கொண்டிருந்தமையைக் குறிஞ்சிப்பண், முல்லைபண், மருதப் பண், நெய்தல்பண் என்ற சொற்றொடர்கள் சுட்டி நிற்கின்றன. பண் என்ற சொல்லே அன்று இசையைச் சுட்டி நின்றது. இப் பண்ணைப் பாடியவர்கள் பாணர் எனப்பட்டனர்.

பாணர்கள் பண் பாட அவர்களது மனைவிமார் நடனமாடினர்.

பாணரின் மனைவியர் விறலியர் என அழைக்கப்பட்டனர். எனவே திருத்தப்பட்டுப் பாடப் பெற்ற இவ்விசைமரபு பாணர் இசைமரபு எனப்பட்டது.

பாணர் இசைமரபுக்கு முன்னாலும், இசை தமிழர் மத்தியில் இருந்தமையைச் சங்க இலக்கியம் காட்டும்.

வேலனாட்டம், வெறியாட்டம், முன்தேர்க்குரவை, பின் தேர்க்குரவை, துணங்கைக் கூத்து, வாடாவள்ளி போன்ற சொற்களும் செய்திகளும் இதனை உணர்த்துகின்றன. இவை

யாவும் கரணங்கள் ஆகும். நோய் நீங்கவும் போரில் வெற்றி பெற்ற பின்பும் நடத்தப்பட்ட இச் சமயக் கிரியைகளில் பங்குபற்றியோர் அனைவரும் ஆடினர், பாடினர் இவற்றை நாம் கரண இசை அல்லது சடங்கு என்று அழைக்கலாம். இவை சாஸ்திர ரீதியானவை அல்ல, கூட்டு இசையாகும். இவற்றிலிருந்தே நாம் முன் சொன்ன பாணர் இசை பரிணமித்திருக்க வேண்டும்.

இவ்விரு மரபுகளையும் விட பண்டைகாலத்தில் இன்னொரு இசைமரபும் இருந்திருக்கிறது. அதுவே நாட்டார் இசையாகும். கூத்து, குரவை இசைகள் நாட்டார் இசையைச் சார்ந்தவை.

இவற்றோடு பண்டு பரத்தையர் காலத்தில் அவர்கள் மத்தியில் ஓர் இசை மரபு இருந்துள்ளது.

மருத நிலத்தின் நாகரீகம் தேன்றிய காலத்திலேதான் பரத்தையர் மரபும் உருவாகின்றது. பரத்தையர் ஆடல், பாடல், அபிநயம் தெரிந்தவராக இருத்தல் வேண்டும். அப்போதுதான் அவர்கள் தம்மிடம் வரும் பொருள்படைத்த நிலக் கிழாரை மகிழ்வித்து வசப்படுத்த முடியும். தம்மோடு தங்க வைக்கவும் முடியும். பாணர்கள் தம் இசையை அரசரைப் புகழ்ந்து பாடி அரசு சார்ந்து வளர்க்க, பரத்தையர் தம் இசையை நிலக்கிழாருக்கு விற்று நிலக்கிழார் சார்ந்து வளர்த்தனர் எனலாம். எனவே நாம் பண்டு இருந்த தமிழ் இசையை வரலாற்றுப்படி பின்வருமாறு பிரிக்கலாம்

1. கரண இசை
2. நாட்டார் இசை
3. பாணர் இசை
4. பரத்தையர் இசை

கரண இசையும், நாட்டார் இசையுமே தமிழரின் பூர்வீக இசைகளாகும். சிக்கல்கள் இல்லாத எளிமையான இசை இவை. கூட்டாகப் பாடுவது இவற்றின் பண்பு. இவ்விரு இசைகளிலிருந்தே பாணர்களிடமும் பரத்தையர்களிடமும் பயிலப்பட்ட வளர்ந்த இசை மரபுகள் தோற்றம் பெற்றிருக்க வேண்டும். சரித்திர வளர்ச்சிக்கும் இது பொருத்தமுடையது.

பண்டைத் தமிழ் இலக்கியங்கள் இவ்விசை பற்றிப் பல செய்திகளை எமக்குத் தருகின்றன. பண்டைய தமிழ் இலக்கியங்கள் அரசுகள் நிலைபெற்ற பின், நாகரீகம் மேம்பட்ட பின் தோன்றிய இலக்கியங்கள் ஆகும். இவை மன்னன் ஆணையினால்

தொகுக்கப்பட்ட இலக்கியங்கள் ஆகும். குறிப்பிட்ட நோக்கம் கருதி மக்கள் மத்தியில் வழக்கிலிருந்த பாடல்கள் தொகுக்கப்பட்ட போது பல விடுபட்டும் போயின. தமக்குக் கிடைத்ததையும் தம் இலக்கியக் கொள்கைக்கும் வசதிக்கும் சார்பான பாடல்களையுமே தொகுத்தோர் தொகுப்பித்தனர். தொகுப்பித்தோரின் செல்வாக்கும் தொகுப்பை நிர்ணயித்தன. இதனால் சங்க இலக்கியங்கள் காட்டும் இசை பற்றிய ஆதாரங்கள் ஒருபக்கத்தையே காட்டுகின்றன என்பதனையும் மனத்தில் இருத்தல் அவசியம். சங்க இலக்கியங்கள் யாவும் நால் வகைப்பாடல்களுள் அகவல், வஞ்சி, கலிப்பா என்ற பாக்களில் பாடப்பட்டுள்ளன. சங்க இலக்கியங்கள் யாவும் அகவலிலும் வஞ்சியிலும் அடங்கிவிடும். கலியும், பரி பாடலும் இசைப்பாக்கள் ஆகும். இவற்றைவிட சங்க காலத்தில் இறுதிப் பகுதியில் வெண்பா தோன்றுவதையும் காண்கின்றோம். இசையில் இன்னொரு கோலம் அது.

ஒவ்வொரு பாவும் ஒவ்வொரு ஓசையுடையது. இவ்வோசை மரபுக்கியைய பாணர்கள் அரசனைப் புகழ்ந்தும், பரத்தையர் நிலக்கிழார்களை மகிழ்வித்தும் பாடல்களைப் பாடினர்.

பாணரிடமும், பரத்தையரிடமும் இருந்த இசைக்கருவிகள் பற்றிய செய்திகளைச் சங்க இலக்கியங்கள் கூறுகின்றன. அதற்கு முன்னர் பறை என்னும் தோல் கருவியும் குழல் என்ற துளைக் கருவியும் இசைக்கருவிகளாக தமிழர் மத்தியில் இருந்தன. கரண இசையையும், நாட்டார் இசையையும் இக் கருவிகளின் பின்னணியிலே இசைத்திருக்கவும் கூடும்.

பாணர் இசையும், பரத்தையர் இசையும் வளர்ந்த காலத்தில் பல்வேறு வகையான யாழ்களும் (நரம்புக் கருவி) முழவு என்னும் தோல் கருவிகளும் தோற்றம் பெற்றன. இசையின் வளர்ச்சிக்கு ஏற்ப இசைக் கருவிகளும் வளர்ச்சி பெற்றமையை அவதானிக்கலாம்.

சங்க காலத்திற்கு பின்பு கிபி இரண்டாம் அல்லது ஐந்தாம் நூற்றாண்டில் எழுந்ததாகக் கருதப்படும் சிலப்பதிகாரம் நமக்கு இசை பற்றி நிறையச் செய்திகளை தருகின்றன. மாதவியின் அரங்கேற்றத்தின்போது பின்னணி இசைத்த யாழ் ஆசிரியன், குழலாசிரியன் பற்றிய செய்திகளும் பாணர் இசையும் பரத்தையர் இசையும் மிக வளர்ச்சி பெற்றிருந்தமையைக் காட்டுகின்றன.

சிலப்பதிகாரத்தில் மாதவி யாழை எடுத்து மீட்டுவதை இளங்கோ வர்ணிக்கும் பாங்கு, அன்று தமிழ் இசையானது செம்மை லாவகம் பெற்று மிக உயரிய முறையில் வளர்ந்து விட்டமையைக்

காட்டுகின்றது. தமிழர் இசை செந்நெறி இசையாக ஆகியிருந்த நிலையை சிலப்பதிகாரம் துல்லியமாக உணர்த்துகின்றது. சிலப்பதிகாரத்தில் உரையிடை இட்ட பாட்டுடைச் செய்யுள் வருகிறது. அந் நூலில் வரும் வரிப் பாடல்கள் இசைப் பாடல்கள் ஆகும். இவ்வகையில் அது கூத்தும் இசையும் கலந்த நூல் எனலாம்.

சிலப்பதிகாரம் தமிழர் மத்தியில் பண்டு இருந்து வளர்ச்சி பெற்று வந்த இசை வகைகளை ஒருங்கே கூறுதல் ஒரு சிறப்பான அம்சமாகும். ஆடலுக்கும் இது பொருந்தும். அரசர்களின் அவையில் பாடப்பட்ட பாணர் இசையையும், பரத்தையர் மத்தியில் பயின்ற உயர் இசையையும் பற்றிக் கூறும் சிலப்பதிகாரம், கிராமிய இசையையும் இடைய மகளிரான ஆய்ச்சியர் குறவர், வேடர் மத்தியில் நடைபெறும் கரண இசையையும் பற்றிக் கூறிச் செல்வது முக்கிய அம்சமாகும். சிலப்பதிகாரத்தில் மாதவி பரம்பரை இரண்டு விதமான ஆடல்களை ஆடுகின்றன. முதலாவது அரசனுக்குமுன்னால் அரங்கேற்றத்தின் போது ஆடும் பதினொரு ஆடல்கள். இது வேத்தியல் மரபு.

இன்னொன்று பணம் கொடுத்து அவர்களிடம் வருபவர்களுக்கு முன்னால் ஆடும் மயக்கும் கூத்து இது பொதுவியல்.

நடனமும் இசையும் சாதாரண மக்களிடம் கிராமிய இசையாக நின்றுவிட பணமும் செல்வாக்கும் மிக்க உயர்ந்தோரிடம் அது உயர் இசையாக வளர்ந்து விட்டமையை சிலப்பதிகாரம் காட்டுகின்றது. தொழில் முறையாக இசையைப் பேணுகின்ற குழாம் உருவானமையும் அதை ரசிக்க அறிவுமிக்க இரசிகர் அவை உருவானமையும், இசை நுணுக்கமாக வளர வழிவகுத்தன.

இத்தகைய சிறப்பான பாரம்பரியத்தின் பின்னணியிலேதான் பரதநாட்டியம் தோன்றியிருக்க முடியும் என்ற கோட்பாடும் எழலாயிற்று. நாட்டிய சாஸ்திரம் விந்திய மலைக்கு தெற்கே இருந்த இசையையும் நடனத்தையும் விசேடித்துக் கூறுகின்றது. எனவே பரதநாட்டியம் தமிழ்நாட்டில் உருவாகி வடக்கு நோக்கிச் சென்றது என்ற கருத்தும் உருவாயிற்று.

சிலப்பதிகார காலத்தில் உயரிசை பரத்தையரிடம் செல்வாக்குப் பெற்றிருந்தமையைச் சிலப்பதிகாரம் சொல்கின்றது. இசையும் நடனமும் காணப் பணம் படைத்த செல்வந்தர் பரத்தையரை நாடினர். பரத்தமை ஒழுக்கம் இதனால் உருவாயிற்று. மனைவியை விட்டு பரத்தையருடனே பணம் படைத்தவர் வாழும் நிலையும் உருவானது. இந்நிலை சமூகத்தைப் பல சீரழிவுகளுக்கு இட்டுச்

செல்கின்றது. இவை யாவற்றிற்கும் காரணம் பரத்தையரே எனக் கண்ட அறிஞர் முக்கியமாக இக் காலகட்டத்தில் செல்வாக்குடன் இருந்த சமணர் பரத்தமையைக் கண்டித்தனர். இதனால் அவர்களைச் சார்ந்த இசையும் கண்டிக்கப்படல் ஆயிற்று . இசை கேட்க பரத்தையர் வீடு செல்வோர் ஏளனமாகப் பார்க்கப்பட்டனர். காலப் போக்ககில் சமணர் பரத்தையர் இசைக்கு எதிரிகளாகினர்.

இதனால் நீண்ட பாரம்பரிய இசை மரபு, முக்கியமாக செந்நெறி இசைமரபு மங்கலாயிற்று. பாணரும் பரத்தையரும் இசை மரபிலிருந்து விலகிவிட, முன்னால் இருந்து வாழ்ந்து வந்த கரண இசையும், கிராமிய இசையுமே தொடர்ந்து மக்கள் மத்தியில் இருந்து வரலாயிற்று...

எட்டாம் ஒன்பதாம் நூற்றாண்டுகளிலே, தமிழகத்தின் பெரும் சமூக மாறுதல்கள் நடைபெறுகின்றன. சமண, பௌத்த மதங்களுக்கு எதிராக எழுந்த சைவ, வைணவ மதங்கள் தம் மதம் பரப்ப பக்தி உணர்வைப் பயன்படுத்தின. பக்தி உணர்வு இசைப் பாடல்கள் மூலம் புலப்படுத்தப்பட்டது. இசையை வெறுத்த சமணர்க்கு மாறாக சிவனை நடனமாடுபவராகவும், கண்ணனை புல்லாங்குழல் ஊதுபவராகவும் சித்தரிக்கும் பண்பு உருவாகியது. நாயன்மார்களால் பாடப்பட்ட தேவாரங்கள் பண்ணிசை என அழைக்கப்படுகின்றன. பல்வேறு நாயன்மார் பல்வேறு பண்களில் பாடல்கள் பாடினர். சம்பந்தரும், அப்பரும் இதில் முக்கியமானவர்கள். சுந்தரரும், அப்பரும் நாட்டுப்புற இசை மரபுகளையும் தமது தேவாரங்களில் கலந்தனர். இவ்வண்ணம் தமிழில் வளர்ந்து வந்த, பரத்தையர் வசப்பட்டு தேய்ந்து நின்ற இசை கோயில்சார் இசையாக வளர ஆரம்பித்தது. இவ்விசை செந்நெறி இசையும், கிராமிய இசையும் இணைந்த தன்மை பெற்றிருந்தது.

வைணவர் வளர்த்த தமிழிசை தனியாக ஆராயத் தக்கது. இன்றும் திவ்விய பிரபந்தப் பாடல்கள் திருவரங்கத்திற் பாடப் படுகின்றன. அது அரையர் சங்கீதம் என அழைக்கப்படுகின்றது. இவை செந்நெறி, கிராமிய இணைவைக் காட்டும் இசைப் பாடல்களே.

இவ்வாறு 8ஆம், 9ஆம், 10ஆம் நூற்றாண்டுகளில் தமிழர் மத்தியில் இசையானது கோயில்சார் இசையாக வளர ஆரம்பித்தது. கோயிலுக்கு வெளியே மக்களிடமும் மன்னர் மத்தியிலும் நாட்டார் இசையும், பாணர் வளர்த்த இசையும் நிலவின.

மன்னர் மட்டத்தில் இக்கால கட்டத்தில் வளர்ச்சி பெற்ற இசைக்கு சரித்திர ஆதாரங்கள் கிடைக்கின்றன. பல்லவ மன்னர்கள் இசைப் பிரியர்களாக இருந்து இசை வளர்த்திருக்கின்றார்கள். அரச குமாரி ஒருத்திக்கு "ஏழிசைவல்லபி" என்ற பெயர் தரப்பட்டுள்ளது. இத்தனைக்கும் மேலாக குடுமியா மலையில் காணப்படும் இசை பற்றிக் கல்வெட்டுக்கள் இக் காலகட்டத்தில் அரசவைசார் இசை வளர்ச்சி பெற்றமைக்கு சான்றாகும். அரசவை சார்பாக இசைக் குழு ஒன்று இருந்தமைக்குச் சான்றுகள் கிடைக்கவில்லை. எனினும் அரச ஆதரவு உயர் இசைக்கு இருந்தமையை இச் செய்திகள் உணர்த்துகின்றன.

பத்தாம் நூற்றாண்டில் சோழப்பேரரசில் இவ்விசைக்கு அரசரால் மேலும் ஊக்கம் தரப்படுகிறது. இவ்வாண்டில் இராஜ இராஜசோழன் தேவாரங்களுக்கு இசையமைக்கும் முயற்சியில் ஈடுபடுகின்றான். இதற்காக திருஎருக்கத்தம் புலியூரில் வாழ்ந்த பாடினி அழைக்கப்படுகிறாள். பாணர் கோயிலுக்குள் அனுமதி மறுக்கப்பட்டவர்கள். இவர்கள் இசை கோயிலுக்கு வெளியே நின்றுவிட்டது. கோயிலுக்கு வெளியே வைக்கப்பட்ட இசைமரபு ஒன்றின் அடிப்படையில் கோயிலுக்குள் பாட பண்டைய தேவாரங்களுக்கு இசை வகுக்க முன்வந்தமை தனித்து நோக்க வேண்டிய ஒன்றாகும்.

சோழர் காலத்தில் கோயிலுக்குள் இசையும், நடனமும் பிரதானம் பெற்றன. கோயில் உற்சவங்களில் தேவாரங்கள் இசையுடன் பாடப்பட்டன. தேவாரம் பாட ஓதுவார்கள் நியமிக்கப்பட்டனர். இசையுடன் கூத்தும் கோயில் சார்ந்து வளர்ச்சி பெற்றது. அரச ஆதாரவு பெற்றமையால் சங்கீதம் இக்கால கட்டத்தில் உயர்ந்த வளர்ச்சி பெற்றிருக்கலாம்.

சோழர் ஆட்சியின் வீழ்ச்சியின் பின் நாயக்கர் ஆட்சி தமிழ் நாட்டில் உருவான போதுதான் கர்நாடக இசை தமிழருக்கு அறிமுகமாகின்றது. சமஸ்கிருதம் தெலுங்கு கீர்த்தனைகளின் வரவு இக்கால கட்டத்தில் நிகழ்கின்றது. தமிழ் நாட்டின் அரச ஆதரவுடன் வாழ்ந்த வித்வான்களே சமஸ்கிருதம், தெலுங்கு மொழிகளில் கீர்த்தனைகளை எழுதுகிறார்கள்.

சங்கீதம், அமைப்பை பெறும் காலமாக இக்காலம் அமைந்துள்ளது. சாகித்தியம் பிரதான இடம் பெறுகிறது. ஒரு ராகத்தின் பூரண லட்சணத்தையும் கொணரும் வகையில் சாஹித்தியம் அமைக்கப்படுகிறது. கர்நாடக இசைக்கூடாக

இசையைக் காணும் முயற்சிகள் நடைபெறுகின்றன. அரசவை சார்ந்தும், கோயில்கள் சார்ந்தும் இம்மரபு வளர்கிறது.

தொடர்ந்து தமிழ்நாட்டில் தெலுங்கிசையும் வளரத் தொடங்குகிறது. தமிழ்நாட்டில் தெலுங்கு மன்னர்கள் ஆண்டமையும் இங்கு ஒரு காரணமாகும். விஜய நகரப் பேரரசின் வீழ்ச்சிக்குப் பின் நாடு சிறு சிறு பாளையங்களாப் பிரிந்து விட்டது. ஒவ்வொரு பிரிவிற்கும் பாளையக்காரன் தலைவனானான். இவர்கள் தெலுக்குக் காரர்களாகவே இருந்தனர். இவர்கள் தத்தம் சமஸ்தானங்களில் வித்துவான்களை வைத்திருந்தனர். அவர்கள் மூலம் கர்நாடக இசை சமஸ்தான இசையாக வளர்ச்சி பெற்றது.

சமஸ்தானத்திற்குள் அகப்படாத வெளியே பக்தி மார்க்கத்தில் கர்நாட இசையைப் பிரயோகித்த தியாகராஜா சுவாமிகள் போன்றோரும் வாழ்ந்தனர்.

தெலுங்கிசையும், சமஸ்கிருத இசையும் தமிழர் மத்தியில் செல்வாக்கு பெற்றிருந்த காலத்திலேதான் இந்தியாவில் சுதந்திர இயக்கம் உருவானது. அதன் விளைவான தமிழ் தேசிய உணர்வு தோன்றியது.

தமிழ் தேசிய உணர்வுகளின் வெளிப்பாடுகளில் ஒன்று கர்நாடக இசையில் தமிழ் உருப்படிகளைப் பாடுதல், இன்னொன்று பண்டைய இசையான பண்ணிசையைப் பரவலாக்குதல். முன்னையத்திற்கு பிரபுக்களும் பணம் படைத்தோர்களும் ஆதரவு தந்தனர். பின்னயதற்கு தமிழ்நாட்டிலிருந்து சைவ மடாயலங்கள் ஆதரவு வழங்கின. இதற்கான சமூகக் காரணங்களும் உண்டு

இத்தமிழிசை இயக்கத்தின் இன்னொரு வெளிப்பாடே ராஜா சர் அண்ணாமலைச் செட்டியார் ஸ்தாபித்த அண்ணாமலைப் பல்கலைக் கழகமும் அது வழங்கிய சங்கீத பூசணம் என்ற பட்டமும்.

இதன் பின்னர் ஆங்கிலேயர் வருகையினால் தமிழர் மத்தியில் மேற்கத்திய இசை அறிமுகமாகியது. வயலின், கிட்டார், ட்ரம்ஸ், சாக்ஸஃபோன், பியானோ போன்ற மேல்நாட்டு இசைக் கருவிகள் அறிமுகமாயின. வயலின் போன்ற வாத்தியங்களை கர்நாடக இசைக்கு இசைவிக்கும் முயற்சிகள் மேற்கொள்ளப்பட்டன. பெரும் வெற்றிகளும் கிடைத்தன. கர்நாடக இசைக் கச்சேரியில் மேற்கு நாட்டு வாத்தியமான வயலின் இன்றியமையாத வாத்தியமாக இடம் பெற்றுவிட்டது. இன்று கர்நாடக இசையை மேற்கு இசையுடன் இணைத்து வளர்க்கும் முயற்சிகளும் தோன்றி

விட்டன. எல்.சுப்பிரமணியம், ஜெகுடி மெனின் இணைப்பு இதற்கு உதாரணமாகும்

19ஆம் நூற்றாண்டில் தமிழர் மத்தியில் அறிமுகமான பார்ஸி நாடக மரபு இந்துஸ்தானி இசை, தமிழர் மத்தியில் பரவ வழிவகுத்தது. நாடகத்திலே இவ்விசை பெரிதும் இடம்பெற்றது. இதனை நாம் அரங்கிசை என அழைக்கலாம். இது ஒரு புதிய இசையாக தமிழ்நாடு எங்கும் பரவிது.

தமிழ் நாட்டில் 19ம் நூற்றாண்டில் பிரபல்யமான சினிமா, கர்நாடக இசை, இந்துஸ்தானி இசை, மேற்கத்திய இசை , கிராமிய இசை அத்தனையும் உள்வாங்கியது.

சினிமா இசையில் ஆரம்பத்தில் கர்நாடக இசையில் பெரும் தாக்கம் இருந்ததாகவும் அது மெல்ல மெல்ல குறைந்து மேற் கூறிய அனைத்து இசையும் இணைந்ததுமான ஒரு ஜனரஞ்சக இசையை சினிமா தோற்றுவித்தது எனவும் கூறுவர். சினிமாவின் ரசிகர்கள் பொதுவாக மிகச் சாதாரண பொது மக்களானமையினால் சினிமா என்ற சாதனம் ஜனரஞ்சக இசையையே வேண்டி நின்றது. பொதுமக்கள் மத்தியில் பிரபல்யம் பெற்ற இச் சினிமா இசையை கர்நாடக சங்கீத வித்துவான்கள் டப்பா சங்கீதம் என்று கேலி செய்தனர். எனினும் சிலர் கவிஞர்களதும் சங்கீத வித்துவான்களதும் சினிமா உலகப் பிரவேசமும் சினிமா இசையை மேம்படுத்தி உள்ளன என்பதை மறப்பதில்லை.

இவை தவிர மெல்லிசை என்ற ஓர் இசை மரபு, தமிழர் மத்தியில் உண்டு. கர்நாடக இசைக்கும், ஜனரஞ்சக இசைக்கும் இடை இசையாக இதனைக் கொள்ளலாம். இன்று கர்நாடக இசையினை மேற்கத்திய இசையுடன் இணைத்து வளர்க்கும் முயற்சிகளும் தோன்றிவிட்டன. பொதுவாக இன்று தமிழர் மத்தியில் கரண இசை, நாட்டார் இசை, பண்ணிசை, கர்நாடக இசை, இந்துஸ்தானி இசை, தமிழிசை, அரங்க இசை, சினிமா இசை, மெல்லிசை, மேற்கத்தைய இசை எனப் பல இசை மரபுகள் உள்ளன. இவை தத்தம் அளவில் வளர்ச்சியும் பெற்றுள்ளன.

சினிமா இசை இன்று ஊடகங்களின் செல்வாக்கினால் தமிழகத்தின் பட்டி தொட்டி எங்கணும் செல்கின்றது. சினிமா இசையை விட்டால் வானொலிக்கும் தொலைக்காட்சிக்கும் வேறு எதுவும் இல்லை.

பிரபல கர்நாடக சங்கீத வித்துவான்கள் கூட தமது வித்துவ உத்தரீயத்தைக் களைந்துவிட்டு சினிமா இசை பாடிப் புகழ்பெறவே ஆசையுறுகின்றனர்.

இந்த வரலாற்றுப் பின்னணியில் சௌந்தர் எழுதிய இந்நூலும், தமிழ் சினிமா இசையும்

இந்த நீண்ட பின்னணியில் சௌந்தர் எழுதிய தமிழ் சினிமா இசையில் அகத் தூண்டல் எனும் இந்நூலினை வைத்துப் பார்க்கையில் நூலின் அவசியமும் கனமும் புரிகிறது.

நான் மேலே கடைசியாகக் கூறிய சினிமா இசை இன்று அனைத்து மக்களிடமும் விரைவாகவும், இலகுவாகவும் செல்லக்கூடிய தொழில் நுட்பப் பொருள் நுட்பப் பின்னணிகளைக் கொண்டுள்ளது. சினிமா இசை பற்றிய ஆய்வுகளும் அண்மைக்காலத்தில் வெளி வந்துள்ளன. அவை புலமைத்துவ மட்டத்தில் ஏற்றுக்கொள்ளவும் பட்டுள்ளன.

இந்நூலில் 'அகத் தூண்டல்' எனும் ஒரு வார்த்தையை ஆதார சுருதி வார்த்தையாகக் கொண்டு, தமிழ் சினிமா உலகில் சாதனை புரிந்தவர்களாகக் கணிக்கப்படும் இசையமைப்பாளர்கள் எவ்வாறு கர்நாடக இசையாலும், பிற இசைகளாலும் அகத் தூண்டுதல்கள் பெற்றார்கள் என்பதை விபரமாகவும் சுவையாகவும் சௌந்தர் கூறிச் செல்கின்றார்

அவர்கள் இவ்வகத் தூண்டலை தமது மண்ணிலிருந்தும், அயலில் இருந்தும், பிற மண்ணிலிருந்தும் பெற்றுக்கொண்டார்கள் என்பதனைச் சௌந்தர் ஆதாரபூர்வமாகத் தந்துள்ளார்.

தமிழ் சினிமா இசையின் காலகட்டங்களை இசை வெளிப்பாட்டு முறையில் அவர் பிரித்துள்ளார்.

முதல் பகுதி

ஐந்து பகுதிகளாகப் பிரிக்கப்பட்டுள்ள. இந்நூலில் முதல் பகுதியில் கலைஞர்கள் அகத்தூண்டல் பெறுதல்மூலம் பிரதி பண்ணும் நிலை, புதிது படைக்கும் நிலை என இரு நிலைகளுக்குச் செல்வதாக அவர் கூறும் கூற்றுக்களும் அதற்கு அவர் தரும் இலக்கிய, ஓவிய, இசைச் சான்றுகளும் அவரது வாசிப்பின் அகலத்தைக் காட்டி நிற்கின்றன.

பிரதி பண்ணுபவன் கைவினைஞன் ஆவான், புதிதாக ஆக்குபவனே கலைஞன் ஆவான். ஆக்குதல் சூனியத்தில் நடைபெறாது. அது ஒன்றிலிருந்துதான் பிறக்க முடியும். அதாகச் செய்யாமல் பிறிதாகச் செய்கையில் ஆக்கம் பிறக்கிறது. கைவினைக்

கலையாக மாறும் ரச மாற்றம் அது. கலை என்பது மீள் உற்பத்தி செய்ய முடியாத ஒன்றாகும்.

பிரதி பண்ணுபவர்களையே கலைஞர்களாகக் கொண்டாடும் சமூகம் நமது சமூகம்.

ஒருவர் பாடுவதை அப்படியே கொப்பி பண்ணிப் பாட இளம் பிள்ளைகளுக்கு மிகக் கடுமையான பயிற்சி தந்து சூப்பர் சிங்கர்களை உருவாக்கி அவர்களுக்குப் பெரும் சங்கீதக் கலைஞர்களைக் கொண்டே இளம் கலைஞர்கள் எனப் பட்டமளிக்கும் பலம் வாய்ந்த எலக்ரோனிக் யுகத்தில் இன்று தமிழினம் வாழ்ந்து கொண்டிருக்கிறது.

இரண்டாம் பகுதி

இச்செய்திகளை முதலாம் பகுதியில் நேரடியாகவும் மறைமுகமாகவும் தரும் சௌந்தர், இரண்டாம் பகுதியில் தமிழ் சினிமா இசையைப் பாபனாசம் சிவனுடன் ஆரம்பிக்கின்றார். ஆரம்ப காலத்தில் தமிழ் சினிமாவில் இசையமைப்பாளர் என ஒருவர் இருந்ததில்லை. அக்காலங்களில் பாபனாசம் சிவனே பாடல் எழுதி அதற்கான சுரங்களையும் அமைத்துக் கொடுத்து விடுவார், வாத்தியங்களைச் சேர்ப்பது மாத்திரமே அன்றைய இசையமைப்பளர்களின் வேலை என்றுகூறிச் செல்லும் பகுதி முக்கியமானது.

தமிழ் சினிமா வளர்ச்சியில் இசை அமைப்பாளர் பின்னால்தான் உருவானார்.

ஜி. ராமனாத அய்யர் பற்றி நூலாசிரியர் தரும் தகவல்கள் சுவாரஸ்யமாகவும், ஆழமாகவும் உள்ளன. இராமனாதன் இசையமைத்த சினிமாப் பாடல்கள் செவ்வியல் இசை, மெல்லிசை, ராகமாலிகை எனும் மூவகை இசைகளில் பெரும்பாலும் அமைந்திருந்தன. அதிலும் அவரது பாடல்களில் மேலெழுந்து நின்றது கர்நாடக இசையேயாகும், இவ்வகையில் ஆரம்பகாலத் தமிழ்ச் சினிமா இசையில் கர்நாடக இசையின் ஆதிக்கமே மிகுந்திருந்ததென்றும், அதற்கான காரணம் அக்காலப் படங்களில் அதிகமானவை இராஜா ராணிப் படங்களாக இருந்தமையுமே என சௌந்தர் வாதிடுகிறார்.

தனது 53 ஆவது வயதில் காலமான ஜி.ராமனாதன் கப்பலோட்டிய தமிழனில் இளையராஜாவின் அண்ணன் பாவலர் வரதராஜன் இசையமைத்த “வெள்ளிப் பனிமலையின்

மீதுலவுவோம்" பாடலைத் தான் இசையமைத்த பாடலாக காட்டியுள்ளார் என்பதனை இளையராஜா சகோதரர்களின் தோழரான சங்கைவேலவன் எழுதிய குறிப்பை ஆதாரம் காட்டி நிறுவியுமுள்ளார்.

கர்நாடக இசையின் பிடியினின்று, தமிழ் சினிமா இசை மெல்ல மெல்ல விடுபட்டு ஜி. சுப்பையாநாயுடு, வெங்கட்ராமனாதன், ஆர்.சுதர்ஸன் ஆகியோருக்கூடாக நாட்டுப்புற இசைப் பயன் பாட்டுக்கு வருவதைத் தருகிறார்.

மூன்றாம் பகுதி

மூன்றாம் பகுதியில் இசையமைப்பாளர் எஸ்.ராஜேஸ்வரராவின் வருகை எவ்வாறு சந்திரலேகா படத்திற்கூடாக மேற்கத்திய இசையையும், ஆப்பிரிக்க முரச இசையையும் பயன்படுத்தக் காலாக இருந்தது என்பதைக் குறிப்பிடும் சௌந்தர், இசை அமைப்பாளர் சி.ஏ.சுப்பராமன் அலை எழுந்ததைக் குறிப்பிடுகிறார்.

இது மேற்கத்திய அலையாகும்.

மேற்கத்திய ஹார்மானி இசையையும், நாட்டுப்புற இசையையும் பயன்படுத்திய அவரைப் பின்பற்றி உருவானவர்களாக விஸ்வநாதன் ராமமூர்த்தி, டி.ஜி. லிங்கப்பா, டி.ஆர். பாப்பா, கண்டசாலா, தட்சிணாமூர்த்தி, கோவர்த்தனன், எஸ்.எம். சுப்பைய்யா நாயுடு, எஸ்.வி. வெங்கட்ராமன், சி.ஏ. சுப்பராயன் ஆகியோரின் பணிகளைக் குறிப்பிடுகிறார்.

நான்காம் பகுதி

நான்காம் பகுதியில் விஸ்வநாதன் ராமமூர்த்தி பற்றிக் கூறும் ஆசிரியர் உலகெலாம் இருந்த நல்ல இசையைத் தமிழ் சினிமாவில் கொண்டுவந்த பெருமைக்குரியவர்களாக அவர்களை இனம் காண்கின்றார்.

பழமை மாறாத புதுமை செய்தவர்களாக அவர்களை இனம் காணும் சௌந்தர், மேல்நாட்டு இசையின் கோரஸ், ஹம்மிங் இசையின் லாவண்யங்களைத் தங்கள் படைப்பின் வழி தந்து இசைரசிகர்களின் ஆழ்மனங்களில் உறைய வைத்தவர்கள் அவர்கள் எனத் தீர்ப்பளிக்கிறார்

இளையராஜாவின் ஆதர்சம் இவர்களே!

"எனது இள வயது போனதே தெரியாமல் அவர்களின் இசையில் நாட்களைக் கழித்தேன்" என்று இளையராஜாவே கூறியுள்ளார்

கர்நாடக இசை, ஹிந்துஸ்தானி இசை, நாட்டார் இசை, ஆப்பிரிக்க இசை, மேடை நாடக இசை என்ற இசை மரபுகளை உள்வாங்கி வளர்ந்த இத்தகைய ஒரு நீண்ட தமிழ் சினிமாப் பாரம்பரியத்தில் இருந்த அனைத்தையும், அனைத்துப் பாணிகளையும் உள்வாங்கி, தான் பிறந்த கரிசல் காட்டு மண்ணின் மணம் குழைத்துப் புதியதோர் சினிமா இசைமொழியை உருவாக்கியவரே இளையராஜா.

ஐந்தாவது பகுதி

ஐந்தாவது பகுதி இளையராஜாவின் சினிமா இசை பற்றி விஸ்தாரமாகப் பேசுவதுடன், ரஹுமானின் இசையை விமர்சனத்திற்கும் உள்ளாக்குகிறது.

உருக்கமும் ராஜகம்பீரமும் இணைந்த ஆபேரி ராகத்தில் அமைக்கப்பட்ட 'அன்னக்கிளி உன்னைத்தேடுதே' எனும் பாடலுடன் தமிழ் சினிமா உலகுள் 1976 இல் இளையராஜா அறிமுகமாகின்றார்.

இப்பாடல் பற்றியும் இளையராஜா பற்றியும் ஆசிரியர் பின் வருமாறு கூறுகிறார்,

"மலை முகடுகளிலும், வயல் வெளிகளிலும் உழைப்பாளி மக்கள் தாம் படும் துன்பங்களை எல்லாம் மறந்து பாடிய பாடல் அல்லவா! தனது அன்னையிடமும், தனது கிராமத்து மக்களிடமும் கற்று, தனது இசையை விசாலித்து, அகலித்துச் செல்ல விரும்பிய ஒரு கலைஞன் தனக்குச் சரியான வாய்ப்பு கிடைக்கும்போது விளாசித் தள்ளிய பாடல் அல்லவா! இந்தப் பாடல்"

இந்தப் பாடலுக்கு இசை அமைக்க அவர் ஒரு நீண்ட இசைப் பயணம் நடந்து வரவேண்டியிருந்தது.

இளையராஜா வட இந்தியாவில் ஹேம்சாந் பிரகாஸ், அணில் பிஸ்வாஸ், நௌசாத், பர்மன், ராமச்சந்திரா, கய்யாம், ஹேமந்த் குமார், ஷங்கர் ஜெய்கிஷன், சலீல் சௌத்திரி, மதன் மோகன், ரோஷன், P.நய்யார், ரவி, பரமன்,

தென்னிந்தியாவின் ஜி.ராமநாதன், சுப்பைய்யா நாயுடு, வெங்கட்ராமன், சுப்பராமன், கோவிந்தராஜிலு நாயுடு, சு.சுதர்சனம், பாண்டுரங்கன், தட்சிணாமூர்த்தி, கே.வி.மகாதேவன், ஏ.தட்சிணாமூர்த்தி, ராஜேஸ்வரராவ், ராமராவ், ஹனுமந்தராவ், சலபதிராவ், கண்டசாலா, ராஜா, பெண்டலாயா, பாப்பா, லிங்கப்பா, விஸ்வநாதன் ராமமூர்த்தி, மாஸ்டர் வேணு, சு.கோவர்த்தனம்,

வேதா, பு.தேவராஜன், ஸ்ரீனிவாசன், வெங்கடேஷ், பாபுராஜ் போன்ற இசைமேதைகளின் இசை ஊற்றுகளிலிருந்து உருவான ஒரு மகாநதி என செளந்தர் இளையராஜாவின் வருகையை அறிமுகம் செய்கிறார்.

ஹிந்துஸ்தானி, கர்நாடகம், நாட்டரிசை என முப்பெரும் இசை மரபுகளையுடையது பரத கண்டம், பின்னாளில் வந்த மேற்கத்திய இசை மரபினை அணைத்துக்கொண்டு அது மேலும் செழுமை பெற்றது. இந்த எல்லா மரபுகளையும் உள்வாங்கியமை என்ற பண்பே ஏனைய இசையமைப்பாளர்களிலிருந்து இளையராஜாவைப் பிரித்துக்காட்டும் பண்பாகும்.

ஆரம்பத்தில் ஜி.இராமனாத அய்யரும், பின்னாளில் விஸ்வநாதன் ராமமூர்த்தியும், கே.வி.மகாதேவனும் நாட்டார் இசையைப் பயன்படுத்தி இருப்பினும், தமிழக நாட்டார் இசை, இளையராஜாவின் பிறப்பால், இடத்தால், வளர்ப்பால் சூழ்நிலையினால் அவரின் ஊனோடும் உதிரத்தோடும் ஏன் உயிரோடும் கலந்து கிடந்தது. நாட்டார் இசை பிறந்த வாழ்ந்த சூழலுக்குள் இருந்து வந்தவர் அவர். அவர் பாடல்களில் தொட்ட இடமெல்லாம் அது மணத்தது. அதுவே மண்ணின் மணம், உழைப்பாளி மக்களின் மணம். சினிமாக் கவிஞர்களுள் பட்டுக்கோட்டை கலியாண சுந்தரம் இப் பண்பைக் கொண்டிருந்தார் எனலாம்.

எல்லா ஊற்றுக்களையும் உள்வாங்கிப் பிரவகிக்கும் மகாநதியிடம் வேகமும் செழுமையும் உள்ளடங்கியிருப்பதுடன் அனைத்து ஊற்றுக்களும் கலந்த ஒரு தனித்தன்மையும் காணப்படும் அந்த வேகமும் தனித்தன்மையும் இளையராஜாவின் பாடல்களில் இருந்தன. இந்தத் தனித்தன்மையை அவருக்களித்தது அவ்விசை அவரது மண்ணின் இசையாக இருந்தமையே.

“பெருநதிகள் கொண்டுவந்து சேர்க்கும் பலவகை நறும் மூலிகைகள் மகாநதியில் கலந்தது போலவே மேல் சொன்ன அத்தனை இசைமேதைகளின் இசை, மற்றும் அவர்களது நிறைவேறாத ஆசைகள், கனவுகள், கற்பனைகள் இளையராஜாவின் இசையால் நிறைவேறியுள்ளன என்று சொல்லலாம். ஒரு இசையமைப்பாளர் Composar என்ற சொல்லுக்கு முழுமையாக அர்த்தம் கொடுப்பதாயிருந்தால் இளையராஜாவையே இந்தியாவின் ஒரே ஒரு Composar என்று சொல்லவேண்டும்” என்பது நூலாசிரியர் கூற்று.

இந்திய சினிமா மரபின் அனைத்தையும் இணைத்தல், கிராமப்புற இசையை அடிநாதமாகக் கொண்டமை, தானே பாட்டெழுதும் வல்லமை, அவரே பாடுதல், கர்நாடக இசையில் பாண்டித்தியம், பாண்டித்தியம் காரணமாக அதில் ஒரு புதிய ராகத்தையே கண்டு பிடித்தமை, மேற்கத்திய இசையில் பாண்டித்தியம், என்னும் பன்முகப் பண்புகள் இளையராஜாவை ஒரு பெரும் முழுமை வாய்ந்த இசைவல்லுநனாக ஏனையவர்களிடமிருந்து பிரித்துக் காட்டுகின்றன.

1976க்குப் பின்னர் தமிழ் சினிமா இசையின் போக்கை நிர்ணயிக்கும் சக்தியாக அவர் மிளிர்கின்றார்.

ரஹுமானின் வருகை தமிழ் சினிமா இசையை இன்னொரு திசைக்கு இட்டுச் செல்கின்றது. கிராமத்தின் பிரதிநிதி இளையராஜா என்றால் நவீன உலகத்தின் பிரதிநிதி ரஹ்மான் ஆவர்.

ஒன்றின்றி ஒன்றில்லை. இளையராஜாவின் திறமைகளைச் சிலாகிக்கும் நூலாசிரியர் ரஹ்மானின் இசையினை மண்ணின் இசையல்ல என்று மறுதலித்துள்ளார். இந்த மறுதலிப்பு ஆசிரியனின் சுதந்திரம். ஆனால் இதற்கு மாற்றுக் கருத்துடையோரும் உண்டு.

மிக நீண்டதோர் செழுமையான இசைப் பாரம்பரியம் உள்ள தமிழிசை மரபில் 19ஆம் நூற்றாண்டுக்குப் பின் அனைத்து மக்களுக்கும் செல்லும் இசையாகச் சினிமா இசை மேலெழுகிறது. இதன் ஊற்றுக் கண்ணை சங்கரதாஸ் சுவாமிகளின் பார்ஸி நாடகங்களில் காணுகிறோம், அவை யாவும் நிலப் பிரபுத்துவப் பின்னணியில் எழுந்த இசைகளே.

முதலாளித்துவ வருகையின் பின் சினிமா என்ற வெகுஜன ஊடகம் வந்தபோது பாபநாசம் சிவன், ஜி ராமனாதன், விஸ்வநாதன் ராமமூர்த்தி ஆகிய இசை விற்பன்னர்கள் வெகுஜனங்களைக் கவரும் இசையாக கர்நாடக இசையையும், அதன் வழி மெல்லிசையையும் இந்துஸ்தானி இசையையும்; நாட்டார் இசையையும் தம் இசை அமைப்பில் இணைத்துக் கொண்டனர்.

முதலாளித்துவத்துள் ஏற்பட்ட முற்போக்கு சக்திகளின் எழுச்சி கிராமிய இசையை முன்னிலைப்படுதியது. அதனை சினிமா நன்கு பயன்படுத்திக் கொண்டது. அதன் பிரதிநிதியாகவே இளையராஜா காட்சி தருகிறார்.

உலகமயமாக்கத்துள் வாழும் பன்னாட்டு நிறுவனங்கள் செல்வாக்குச் செலுத்தும் இன்றைய சூழலில் இலகுவாக உலக இசைகளோடு அறிமுகமாகும் வாய்ப்புக் கிடைத்து விடுகிறது,

எலக்ரோனிக் ஊடகங்களுக்கு ஊடாக உலகத்தின் பல இசைகளும் அவற்றின் சாதக பாதகங்களோடு கிராமத்துக்குள்ளும் புகுந்து விடுகின்றன.

தமிழ் சினிமா ஒரு வெகுஜன ஊடகமானமையினால் அதனையே இன்று வேண்டி நிற்கிறது. ரஹ்மான் அதன் பிரதிநிதியாகிறார்.

இசை என்பது ஒரு பேராறு அது காலதுக்கும், தேவைக்கும் ஏற்பத் தன்னை மாற்றி ஓடிக்கொண்டிருக்கிறது.

பாபனாச சிவன், ஜி. ராமனாதன் போன்ற அய்யர்மாருடன் ஆரம்பித்த தமிழ் சினிமா இசை மரபு பண்ணைப்புர இளையராஜா, ரஹ்மான் என்று திசை மாறி அகலித்துப் பயணித்துக் கொண்டிருப்பதை தமிழ் நாட்டின் அரசியல் சமூகப் பொருளியல் மாற்றப் பின்னணியில் புரிந்து கொள்வது அவசியம்.

17ஆம் நூற்றாண்டில் உயர் நிலையினரும் பிராமணருமான தியாகராஜ சுவாமிகளை இசை ஞானியாகவும், நாதப் பிரமமாகவும் கண்ட தமிழ் நாடு. 20ஆம் நூற்றாண்டில் பண்ணைபுரத்தின் அடிநிலையில் இருந்து வந்த இளையராஜாவை இசைஞானியாகவும், இசை வல்லாளனாகவும், அங்கீகரித்துள்ளது. ஆரம்ப காலத்தில் இளையராஜாவின் பாடல்ளைத் தாக்கி எழுதிய சுப்புடு அய்யர் பிற்காலத்தில் இளையராஜாவின் பாடல்களைத் தூக்கி எழுதுகிறார்.

மனோன்மணியம் சுந்தரம் பிள்ளை எழுதிய பாடல் இவ்விடத்தில் ஞாபகம் வருகிறது,

> ‘காலம் என்பது கறங்கு போல்ச் சுழன்று
> மேலது கீழாய் கீழது மேலாய்
> மாற்றிடும் தோற்றம் என்ப’

ஆம் காலம் ஓடிக்கொண்டிருக்கிறது, நாமும் மாறிக் கொண்டிருக்கிறோம்.

இந் நூலின் ஆசிரியர் சௌந்தர் எனது அருமை நண்பரும், பெருமதிப்புக்கு உரியவரும், பெரும் சிந்தனையாளரும், செயல்வாதியுமான மறைந்த தங்கவடிவேல் மாஸ்டரின் அருமை மகன்.

தங்கவடிவேல் மாஸ்டர் கர்நாடக சங்கீத ஞானம் மிகுந்தவர். அருமையாகப் பாடுவார்.

சௌந்தரின் குடும்பம் கர்நாடக இசைக் குடும்பம். கர்நாடக இசை, நாட்டார் இசைகளில் பாண்டித்தியமும் பயிற்சியும் மிக்க

குடும்பம். பாம்பின் கால்ளைப் பாம்புகள்தான் அறிய முடியும். புழுக்களால் ஒரு போதும் அறிய முடியாது.

இங்கே பாம்பின் காலைப் பாம்பு அறிந்துள்ளது.

இசை வல்லுநரான சௌந்தர் தமிழ் சினிமா இசையை அளந்து இளையராஜாவை அவர் வழியில் இனம் கண்டுள்ளார்.

சௌந்தரின் பரந்த வாசிப்பையும், சினிமா இசையின் ஈடுபாட்டையும் எழுத்துத் திறனையும் இந்நூலில் நாம் காண முடிகிறது.

ஓவியரான சௌந்தர் இங்கு தமிழ் சினிமா இசை பற்றி ஓர் அழகான ஓவியம் தீட்டியுள்ளார் என்பேன். ரசிக்கும் படியான, வியக்கும் படியான ஓவியம் அது.

சௌந்தருக்கு என் மனமார்ந்த ஆசிகளும் வாழ்த்துக்களும்! இத்தகைய முயற்சிகளில் தொடர்ந்தும் அவர் ஈடுபட வேண்டும்.

பேராசிரியர் **மௌனகுரு**

மட்டக்களப்பு, இலங்கை

20.03.2016

உள்ளே...

1. தொடக்க கால இசை முயற்சி — 25
2. ஜி.ராமநாதன் காலம்–பேச்சோசைப் பாடல்கள் — 43
3. நவீன தமிழ்த் திரையிசையின் தொடக்கப்புள்ளி சி.ஆர். சுப்பராமன் — 56
4. விஸ்வநாதன் ராமமூர்த்தி வருகை– மெல்லிசைப் பாங்கான இசையை உள்ளீடு செய்தது — 68
5. இளையராஜா — 94
6. உலகமயமாக்கல் பொருளாதாரச் சூழல் தகவமைக்கும் 'இயந்திர இசைக் கோலம்' — 128

தொடக்க கால இசை முயற்சி

அன்றாடம் நம்மைச் சுற்றி நிகழும் சம்பவங்கள் நம்மைப் பாதிக்கின்றன. நாம் பார்க்கும், கேட்கும், படிக்கும் விசயங்களிலிருந்து கிடைக்கும் அறிவு நம்மைச் சிந்திக்கவும் தூண்டுகின்றது. இந்த 'தூண்டுதல்' அல்லது 'உந்துதல்' அல்லது இந்த நிகழ்வுகள் ஏற்படுத்தும் 'பாதிப்பு' நம்மைச் செயலாற்றவும் வைக்கின்றது. நாம் அனுபவிக்கும் பல விசயங்களில், சில நம்மை அறியாமலேயே நமது மனங்களில் பதிந்தும் விடுகின்றன. பொதுவாக எல்லா மனிதர்களிடமும் இவை வெவ்வேறுவிதமாக நிகழ்கின்றன.

இந்த தூண்டுதல் அல்லது உந்துதல் என்பதே எல்லாக் கலைகளுக்கும் அடிப்படையானதாகவும் உள்ளது. ஒரு சம்பவத்தால் தூண்டப்படும், உந்தப்படும் அல்லது பாதிப்புக்குள்ளாகும் ஒரு கலைஞன் தன்னுடைய ஆற்றலுக்குத் தக்கவாறு தனது உணர்வுகளை வெளிப்படுத்துகிறான்.

கவிஞன் என்றால் கவிதையாகவும், ஓவியன் என்றால் ஓவியமாகவும், சிற்பி என்றால் சிற்பமாகவும், இசைக்கலைஞன் என்றால் பாட்டாகவும், இசையாகவும் வெளிப்படுத்துவான். தூண்டுதல், உந்துதல், பாதிப்பு என்பதை ஆங்கிலத்தில் Inspiration என அழைப்பர். ஆயினும் தமிழில் அகத்தூண்டுதல், அக எழுச்சி, உள்ளுயிர்ப்பு, உளத்தூண்டுதல், திடீர் கிளர்ச்சி, உத்வேகம், துணையூக்கம் போன்ற சொற்கள் அதன் அர்த்தத்தை தெளிவுற விளக்க உதவுகின்றன.

பார்க்கும் பொருளிலிருந்து அறிவு பெறும் மனிதன், அதனைப் பிரதி செய்து பார்ப்பதிலும் ஆனந்தம் அடைகிறான். குழந்தைகள் ஒருவரைப் பார்த்து, அவரைப் போலவே நடித்துக் காட்டுவதைப் பார்த்து மகிழ்ச்சியடைகிறோம். மனிதனின் அடிப்படை உணர்வாகவும் இது இருக்கிறது. கலைகளின் அடிப்படையே பிரதி (copy) பண்ணுவதிலிருந்து தான் ஆரம்பமாகிறது. அதன் மூலம் கற்று வளரும் கலைஞன் நாளடைவில் தான் கேட்டு, பார்த்து, ரசித்த

விஷயங்களை உள்வாங்கி, பின் தான் உணர்ந்தவாறு படைக்கும் போது தனக்கென ஓர் வடிவத்தை (Style) அல்லது ஓர் பாணியை உருவாக்கும் நிலைக்கு உயர்கிறான். தமது நுண்ணிய அறிவாலும், படைப்பாற்றல் திறமையாலும் பிற கலைஞர்களிடமிருந்து தாம் பெற்ற பாதிப்பை, உந்துதலை, மற்றவர்கள் இலகுவாக கண்டுபிடிக்க முடியாதவாறு 'மறைப்பு' செய்யும் ஆற்றல் மிக்க கலைஞர்கள் உயர்வாகவும் போற்றப்படுகின்றனர். கற்பனை வளமும் பரிசோதனை ஆர்வமும் மிக்க கலைஞர்களின் உள்ளத்திலிருந்து புதுமை உணர்ச்சி பீறிட்டு எழும். அந்த உந்துதல் ஒரே துறையில் உள்ளவர்களிடமிருந்து பெறுவது ஒருவகை. முற்றிலும் மாறுபட்ட ஒரு துறையிலிருந்தும் உந்துதல் கிடைக்கலாம். படைப்பாற்றலை தூண்டிவிடக்கூடிய ஒரு பொறி எந்தத் துறையிலிருந்தும் வரலாம்.

ஐரோப்பிய ஓவிய உலகில் தோன்றிய மனப்பதிவு (Impressionism) என்கிற ஓவிய முறை, ரியலிச ஓவியத்திலிருந்து வெளியேறிவிட வேண்டும் எனத் துடித்த ஓவியர்களால் உருவாக்கப்பட்டது. ஆயினும் ரியலிச முறையே அதன் அடிநாதமாக விளங்கியது. Impressionist ஓவியர் என பெயர் பெற்று புகழின் உச்சிக்குச் சென்ற மோனே (Monet) என்கிற ஓவியர், ரியலிச ஓவியரான Deigo Velazquez என்பவரைத் தனது அபிமான ஓவியர் என்று போற்றியிருக்கிறார். நவீன ஓவியத்தின் பிதாமகன் என புகழப்பட்ட பிக்காசோ, டாலி போன்றோரும், ஓவியர் Francis Bacon *(1909–1993)* என்பாரும் Deigo velazquez என்ற ஓவியர் பற்றி சிறப்பாகப் பேசியிருக்கிறார்கள்.

Francis Bacon தனது அகத்தூண்டுதலாக ரஷ்ய திரைப்பட மேதை Sergei Eienstein இயக்கிய Battle Ship Potemkin என்ற திரைப்படத்தையும், அப்படத்தின் புகைப்படங்களைப் பற்றியும் சிறப்பாகப் பேசியிருக்கிறார். அந்த புகைப்படங்களை தன்னுடன் எப்பொழுதும் வைத்திருப்பதாகவும், அவற்றை அடிக்கடி பார்த்து கொள்வதாகவும் கூறியிருக்கிறார்.

ஜப்பானிய ஓவிய முறையால் அகத்தூண்டுதல் பெற்ற ஓவியர் Vincet Vangoh, ஜப்பானிய முறையிலேயே ஓவியங்களைப் பரிசோதனை செய்து பார்த்திருக்கிறார். ஜிப்சி இன மக்களின் இசையில் தோய்ந்த சிம்போனி இசை மேதை Franz List *(1811–1886)* ஜிப்சி இனக் கலைஞரான Janos Bhihari *(1764–1824)* என்பவரின் வயலின் இசை பற்றி பின்வருமாறு எழுதுகிறார்.

'Like drops of some Feirry Spirit essence, the notes of this magic Violin came to our ears.'

கண்ணதாசன் மிக அழகாக சொல்வார்:

'பறவையைக் கண்டான், விமானம் படைத்தான்
பாயும் மீன்களில் படகினை கண்டான்
எதிரொலி கேட்டான், வானொலி படைத்தான்'

இங்கே பாடுபொருள் இசை. இசை என்றாலே பரந்துபட்ட தமிழ்மக்கள் மத்தியில் மிகுந்த ஆதிக்கம் செலுத்துவது சினிமா இசையே.

பேசும் படங்கள் வெளியாகி (16.10.1931) 80 வருடங்கள் பூர்த்தியாகிவிட்டன. பாடல்கள் இல்லாத சினிமாவை தமிழ் மக்களால் நினைத்துக் கூட பார்க்க முடியாது எனக் கூறுமளவுக்கு தமிழ் சினிமாவில் பாடல்கள் நிறைந்துள்ளன. வசனம் பிரபல்யம் அடைந்த காலத்திலும் பாடல்களின் ஆதிக்கத்தை ஒழிக்க முடியவில்லை. பாடல்கள் நிரம்பியிருந்தாலும் அவை இசை பற்றிய படங்களுமல்ல என்பதும் கவனத்திற்குரியது. இந்தப் போக்கு, சினிமா பற்றிய தவறான புரிதல் உள்ளவர்களால், தமிழ் சினிமாவுக்கு நிகழ்ந்த விபரீதம் எனத் தீவிர சினிமா விமர்சகர்கள் கருதுகிறார்கள். எது எவ்வாறாயினும் இசை நம்முடன் ஒட்டி உறவாடி வந்துள்ளது. இது தொன்று தொட்டு வந்த மரபின் தொடர்ச்சி எனக் கருதலாம்.

இந்த இசை பல்வகையான படிநிலைகளைத் தாண்டியும், பலவிதமான சேர்க்கைகளின் சங்கமமாகவுமே இன்று நமக்கு கிடைத்துள்ளது. தொன்மையான சான்றாக கூத்து கலை இருந்தது என்பதை தொல்காப்பியம், சிலப்பதிகாரம், திருக்குறள், பதிற்றுப்பத்து போன்ற பழந்தமிழ் இலக்கியங்களிருந்து அறிகிறோம். ஆக இந்த இலக்கியங்களுக்கு முற்பட்ட காலத்திலேயே கூத்து ஆடப்பட்டிருக்கிறது. இசை மற்றும் கூத்து போன்ற கலைகளைப் பற்றி நிறைய பேசும் சிலப்பதிகாரத்தில் மாதவியை 'நாடகமேத்தும் கணிகை' என்கிறார் இளங்கோ.

நாடகம், நாட்டியம் இவை இரண்டுக்கும் உள்ள பொதுப் பெயர் கூத்து. தனிப் பாடலுக்கு ஆடுவது நாட்டியம் எனவும், கதையை மையமாக வைத்து நடத்தப்படுவது நாடகம் எனவும் அழைத்தனர். ஆடலும், பாடலும்தான் நாடகமாகவும் இருந்தது. "இயலும், இசையும் இருப்பதால் நாடகத்தை முதன்மையான கலையாகக் கொள்வதில் தவறில்லை" என்பார் நாடக மேதை. டி.கே.சண்முகம். முத்தமிழிலும் இயல், இசை, நாடகம் என்றே வைத்தனர்.

தாங்கள் கற்றுக் கொண்ட ஆசிரியர்களிடமும், முன்னோர்களின் படைப்புக்களிலும் ஆர்வம் காட்டும் கலைஞர்கள், தாமும் அதுபோலவே படைக்க வேண்டும் என்ற உந்துதல் பெறுவது இயல்பான ஒன்றே. ஆயினும் இந்த உந்துதல் என்பதும் ஒருவகை பிரதி எடுத்தல், அல்லது திருட்டு தான் என்று சொல்பவர்களும் இருக்கிறார்கள். அதில் தேவை என்றால் நல்லது, கெட்டது, மிக மோசமானது என வகைப்படுத்தலாம் என்பார் இசையமைப்பாளர் இசைவாணன்.

அதுமட்டுமல்ல Adoption (பொருத்துதல்), Influence (செல்வாக்கு) போன்றவவை உந்துதல் (Inspiration) என்பதற்கு மிக நெருக்கமாகக் கொள்ளத் தக்கதே. இவற்றை காரணமாக வைத்து Imitation (போலி), Copy (பிரதி எடுத்தல்), Overlapping (பொருத்துதல்) போன்றவற்றை கலை ஆக்கத் திறனற்ற படைப்புக்களை செய்யும் 'கலைஞர்கள்' மற்றும் தொழில் நுட்ப வல்லுநர்கள் தாங்கள் தப்பித்துக் கொள்ளும் குறுக்கு வழியாகப் பயன்படுத்தும் அபாயமும் உண்டு.

இதனை நன்கு உணர்ந்துதான் போலும் 'Bad artists copy. Good artists steal.' என்று பிக்காசோ வேடிக்கையாகக் கூறினாரோ, தெரியவில்லை! இந்த கருத்தை ஒத்துக்கொள்வது போல இசைஞானி இளையராஜா 'யார் அதிகமாக Copy (பிரதி) அடிக்கிறார்களோ, அவர்கள் பெரிய இசையமைப்பாளர்களாக கருதப்படுகிறார்கள்' என்று கூறியிருக்கிறார். இது அவரது சுய விமர்சனமாகவும் இருக்கலாம். இவை குறித்து தமிழ் சூழலில் மனம் திறந்து பேசியிருப்பவரும் அவர் ஒருவரே!

இக்கருத்துக்கள் ஒருபுறமிருக்க, தங்களுக்கு முன்னால் இருந்த கலைவடிவங்களிளிருந்து உந்துதல் பெற்றவர்களை தமிழ் கலை, இலக்கியச் சூழலில் நாம் காணக் கூடியதாக உள்ளது.

சிலப்பதிகாரத்தில் வரும் கானல்வரி, சாத்துவரி, ஆற்றுவரி, முகமில்வரி, ஆச்சியர்குரவை, அம்மானை வரி, கத்துவரி, ஊசல்வரி, வள்ளைப்பாட்டு போன்ற பாடல் வகைகள் நாடோடிப் பாடல்களிலும், வாய்மொழிப் பாடல்களிலும் இருந்து கிடைத்தவை என்றும், பின்வந்த மாணிக்கவாசகர், இளங்கோ அமைத்த அம்மானை வரியை அக எழுச்சியாகக் கொண்டு தனது தேவாரத்தில் 'திரு அம்மானை' என்றொரு பகுதியை அமைத்தார். அவை மட்டுமல்ல, திருவாசகம், திவ்யப்பிரபந்தம், தத்துவராயர் பாடுதுறை போன்ற பாடல் வகைகளும் நாடோடிப் பாடல்களினாலும், வாய்மொழிப் பாடல்களினாலும் அடியொற்றி கிடைக்கப் பெற்றவைகளே" என்பார் முனைவர் அசோகன்.

தனக்கு முன்னிருந்த கலைவடிவங்களில் இளங்கோ அடிகள் எந்த அளவுக்கு மனதைப் பறிகொடுத்தார் என்பது புரியும். சிலப்பதிகாரத்து கதையோட்டத்திற்கு ஏற்ப தமிழ் செவ்வியல் இசையையும், நாட்டுப்புறப் பாங்கான இசை வகைகளையும் மிக நுட்பமாகப் பயன்படுத்தி வெற்றி கண்டார் இளங்கோ. அந்த இசை வகைகளால் உந்துதல் பெற்றார் என்பதை கோடிலிங்கம், வைத்திலிங்கம் போன்ற கலைஞர்கள் அழகாக விளக்கிப் பாடுவதில் வல்லுநர்களாக உள்ளனர். சிலப்பதிகார இசையூற்று என்பது இளங்கோவடிகள் மக்களிசையிலிருந்து பெற்ற உந்துதலேயாகும்.

சங்க இலக்கியங்களில் வளர்ச்சியடைந்த இசை, பௌத்தர்களுக்கும், சமணர்களுக்கும் எதிராகப் பயன்படத் தொடங்கிய அரசியலில் நடுநாயகமாகத் திகழ்ந்தது. அதுவரையில் தீண்டத்தகாதவர்களாக இருந்த பாணர் பரம்பரையில் வந்த திருநீலகண்ட யாழ்ப்பாணத்தார் இசைப்பாடல்களைப் பாட, புதிதாக பண்களுக்கு மெட்டமைக்க அமர்த்தப்பட்டார். இவரே பண்டைக் காலத்தில் வாழ்ந்த முதல் இசையமைப்பாளராவார். பாடல் எழுதுபவர் ஒருவர், அதற்கு மெட்டுப் போட இன்னொருவர் என்கிற முறை அன்றே ஆரம்பமாகி விட்டது எனலாம்.

சங்க கால இலக்கியங்களில் வழங்கப்பட்ட உரு, உருப்படி போன்ற பாடல் வகைகளின் சாயல்களை கொண்ட பாடல் முறையே தேவாரத்தின் ஊற்றுக்கண் என்பார் உ.வே.சாமிநாதய்யர்.

பின்னாளில் கீர்த்தனை என்கிற இசைவடிவம் உரு, தேவாரம் போன்ற இசை வேரிலிருந்து தோன்றியதே என இசையறிஞர்கள் கருதுகின்றனர்.

தேவார காலத்திற்குப் பின் தோன்றிய செய்யுள் இலக்கியங்களில் சம்பந்தருடைய சந்தம், யாப்பு வடிவங்கள் கம்பர், அருணகிரிநாதர், சிவவாக்கியர் போன்ற பெரிய புலவர்களுக்கு வழிகாட்டியாக (Inspiration) விளங்கியது. கம்பருடைய இசைச் செல்வம் சம்பந்தருடைய இசை செல்வத்துடன் இயைந்து தோன்றுபவை என்பர். திருக்குறளிலிருந்து ஏராளமான கருத்துக்களை கம்பன் தனது பாடல்களில் இழைத்தான் என்பார் மீ. ப. சோமு. சித்தர் பாடல்களின் இசையமைதியை பெருங்கவிஞர்கள் தங்களது முன்னோடிகளாகக் கொண்டார்கள்.

தனது காலத்திற்கு முன்பிருந்த இலக்கிய வடிவங்களை அறிந்த பாரதி, தன்னை அறிமுகம் செய்யும் போது ‘எனக்கு முன்னே சித்தர்கள் பலர் இருந்தாரப்பா, யானும் ஒரு சித்தன்

இந்த நாட்டிலே' என்று அவர்களின் வழித்தடத்தை பின்பற்றிச் செல்கிறார்.

தமிழில் புலவர்களை வரிசைப்படுத்திய பாரதி கம்பனைப் போல், வள்ளுவன் போல், இளங்கோ போல்... என கம்பனை முதலில் வைத்தான். வரலாற்றில் பின் வந்தவன் கம்பன். ஆனால் தன் முன்னோர்களின் இலக்கியங்களை உள்வாங்கி செழுமை பெற்றவன் கம்பன். அதனால் தான் கம்பனை முன்னே வைக்கிறான் பாரதி. இதன் காரணத்தாலேயே 'கல்விப் பெரியோன்' கம்பன் என அறிஞர்கள் விதந்துரைப்பதை நாம் அறிவோம்.

இதுவரை வரை சொல்லப்பட்ட விடயங்களும், பலவிதமான மாற்றங்களும் தமிழ் மரபில் பெற்றவவையாகக் கொள்ளலாம். இங்கே அகத்தூண்டுதல், தழுவல்கள் போன்றவை நிகழ்ந்திருப்பது அந்த கலைகள் புதிதாய் மாற உதவியிருக்கின்றன. அவர்களுக்குக் கிடைத்தவற்றிலிருந்தும், கற்றவற்றிலிருந்தும், அதில் தோய்ந்தும் அவர்கள் பெற்ற அனுபவங்களின் சாரம் இது எனலாம். தமது சிந்தனைகளை தங்களது முன்னோர்களிடமிருந்து அவர்கள் பெற்றது, அவர்களது அறிவின் சூட்சுமமாக விளங்கியது. இவை அவர்களது உள்ளத்தில் ஊற்றெடுத்து புது வடிவங்களாகி நிலைபெற்றன எனலாம். எல்லாவிதமான அறிவும் மதத் துறைக்குள் அமிழ்த்தப்பட்டிருந்ததெனினும், அவர்கள் நிறைய கற்றவர்கள் என்பது ஐயமில்லை.

வான் கலந்த மாணிக்க வாசக
நின் வாசகத்தை
நான் கலந்து பாடுங்கால்,
தெவிட்டாத நற்கருப்பஞ் சாற்றினிலே!
தேன் கலந்து பால் கலந்து,
செங்கனித் தீஞ்சுவை கலந்து,
ஊன் கலந்து, உயிர் கலந்து
உவட்டாமல் இனிப்பதுவே!

என்று வள்ளலார் திருவாசகம் பற்றி கூறியது உயிர் கலந்த நிலை எனலாம். இவை எல்லாம் மதம் என்ற வட்டத்துக்குள் சுற்றினாலும் அதில் கிடைத்த இசை குறித்து நாம் மகிழலாம்.

'நினைவில் நிறுத்திக்கொள்ள இசை ஒரு சக்தி வாய்ந்த ஆயுதம். இல்லை எனின் இந்த வாய் மொழிக் கவிதைகள் வழி வழியாக வந்திருக்காது.' என்பார் ஜே.சி.ஹார்ட் என்ற அறிஞர்.

கிரேக்கத்தில் எழுச்சி பெற்ற நாடகம், வீழ்ச்சியடைந்து பின் 14 ஆம் நூற்றாண்டில் மீண்டும் ரோமில் புத்துயிர் பெற்றது போல், வீழ்ச்சியடைந்த தமிழ் நாடகம் சோழர் காலத்தில் 'ராஜ ராஜேஸ்வர விஜயம்' எனும் நாடகத்தின் மூலம் 10 ஆம் நூற்றாண்டில் புத்துயிர் பெற்றது என்பார் அவ்வை சண்முகம். எனினும் தமிழ்க் கூத்து வளர்ச்சி சீரானதாக அமைந்திருக்கவில்லை.

இந்திய கண்டத்தின் இசை என்பது கி.பி 13 ஆம் நூற்றாண்டுவரை தமிழ்ச் செவ்வியல் இசையே. தமிழ் செவ்வியல் இசையுடன் அரேபிய இசையும், பாரசீக இசையும் ஒன்று கலந்த இசை இன்று ஹிந்துஸ்தானி இசை என அழைக்கப்படுகிறது. இது முகலாய மன்னர்களின் படையெடுப்பின் பின்னால் அரசவை இசையாகவும் வளர்ச்சியடைந்ததுடன் பொழுதுபோக்கு இசையாகவும் வளர்ச்சியடைந்தது. பல்வேறு இசைகளின் தழுவலாக விளங்கும் இந்த இசையில் தமிழ் செவ்வியல் (கர்நாடக இசை) இசையின் ராகம் பாடும் (ஆலாபனை) முறை பின்பற்றப்படுகின்றது. ஹிந்துஸ்தானி இசையில் ராகத்தை நீண்ட நேரம் ஆலாபனை செய்வது குறிப்பிடப்படும் அம்சமாகும். 'ஹிந்துஸ்தானி இசை என்பது தமிழ் இசையின் ஒருவிதமான வளர்ச்சியே' என்பார் இசை ஆய்வாளர் மம்மது. தமிழ் இசை போல சுத்தமான இசையாக இல்லாவிடினும், மிக இனிமையான இசையாகும். இன்று தனித்துவம் பெற்று வளர்ந்த இசையாகவும் ஆகிவிட்டது.

வண்ணப்பாடல்கள் தமிழர்களின் மிகப்பெரிய இசைச் செல்வம் என்பதுடன் அரிய சொத்துமாகும். வண்ணப்பாடல்கள் பற்றிய ஏராளமான செய்திகளை தொல்காப்பியம் பேசுகிறது. வண்ணப்பாடல்களின் சந்தங்களை திருஞான சம்பந்தர் தனது பாடல்களில் பயன் படுத்தி சாதனை படைத்துள்ளார். சம்பந்தரைத் தொடர்ந்து கி. பி. 15 ஆம் நூற்றாண்டில் தோன்றிய அருணகிரிநாதர் சந்தப்பாடல்களில் சிக்கலான, தாளக்கட்டுமானமிக்க பல பாடல்களைத் தந்து, புதுமைகள் செய்து பக்தி இசையை மெருகேற்றினார். இவர்கள் வழியே சங்கரதாஸ் சுவாமிகள் (1867– 1922) சந்தப்பாடல்களில் வியக்கத்தக்க சாதனைகள் செய்துள்ளதாக இசை, நாடக ஆய்வாளர் திரு. அரிமளம் பத்மநாபன் கூறுவார். சங்கரதாஸ் சுவாமிகள் 4000 சந்தப் பாடல்கள் இயற்றியுள்ளார்.

அருணகிரிநாதரின் சந்தப்பாடலிலிருந்து உந்துதல் பெற்ற பாடல் ஒன்று மிகச் சமீபத்திய காலத்தில் வெற்றிக்கொடி நாட்டியதை நாம் அறிவோம். அதற்குச் சான்றாக இளையராஜா இசையமைத்து மிகவும் புகழ் பெற்ற பாடல்களில் ஒன்றான 'மாங்குயிலே பூங்குயிலே

சேதி ஒண்ணு கேளு' (படம்: கரகாட்டக்காரன்) என்ற பாடலைச் சொல்லலாம். அருணகிரிநாதரின் 'ஏறு மயில் ஏறி விளையாடும் முகம் ஒன்று' என்ற பாடலின் சந்தத்தை அகத்தூண்டலாக வைத்தே உருவானது என்று இளையராஜாவே கூறினார்.

கி. பி 16 ஆம் நூற்றாண்டில் பள்ளு நாடகமும், 17, 18 ஆம் நூற்றாண்டுகளில் முறையே குறவஞ்சி நாடகமும், குழுவ நாடகமும் வளர்ச்சியுற்றன. இவ்விதம் பல்வேறு காலங்களில் ஏற்பட்ட மாறுதல்களோடும் புதிய வடிவங்களோடும் இணைந்து இசை மாற்றங்களைக் கண்டே வந்துள்ளது என்பது குறிப்பிடத்தக்கதாகும். கதைகளைப் பாடல்களுடன் சொல்வதும் கால காலமாக இருந்து வந்துள்ளது. லாவணி, வில்லுப்பாட்டு, கதாகலாட்சேபம் போன்றவவையும் இதற்கு நல்ல எடுத்துக்காட்டுகளாகும்.

கி. பி. 18 ஆம் நூற்றாண்டில் காலனித்துவ ஆட்சியாளர்களினால் அறிமுகப்படுத்தப்பட்ட மேற்கத்திய நாடகம் பாரிய தாக்கத்தினை ஏற்படுத்தியது. வெள்ளை ஆட்சியாளர்களுக்காக நடத்தப்பட்ட நாடகம், காலப்போக்கில் ஆங்கிலம் படித்த மத்தியதர வர்க்கத்தினரிடமும் அறிமுகமாகியது. இந்த வகை நாடகங்களின் செல்வாக்கு இந்திய நாடக அரங்கிலும் மாற்றங்களை ஏற்படுத்தியது. ஆங்கில நாடகத் தொழில் நுட்பம் வியப்பூட்டியது. மேற்கத்திய நாடக உத்திகளையும், இந்திய புராணக் கதைகளிலிருந்து எடுக்கப்பட்ட கதைகளையும் இணைத்து 1860 களில் பம்பாய் பார்சி நாடகக் குழுவினர் உருவாக்கிய ஒரு வகை கலப்பு நாடகமாக 'ஹரிச்சந்திரா' அரங்கேறி வெற்றி பெற்று இந்திய நாடக அரங்கில் மாற்றங்களை ஏற்படுத்தியது.

தமிழ் நாடகத்தில் மறுமலர்ச்சி ஏற்படுத்தியவர் தவத்திரு சங்கரதாஸ் சுவாமிகள் (1867– 1922). மதிப்பிழந்து போன நாடக கலைஞர்களுக்கு அந்தஸ்தையும், கௌரவத்தையும் தனது நாடகங்கள் மூலம் பெற்றுக் கொடுத்தவர். 'அவருடைய நாடகங்களில் இசை மிகப்பிரதான இடத்தை வகித்திருந்தது. அவர் எழுதிய பெரும்பான்மையான நாடகங்கள் அம்மானைப் பாடல்களைத் தழுவிய மக்கள் பழகி வந்த நாடகங்கள்' என்பார் அவ்வை T.K. சண்முகம். வெண்பா, கலித்தொகை, விருத்தம், சந்தம், சிந்து, வண்ணம், ஓரடி, கும்மி, கலிவெண்பா, தாழிசை, கீர்த்தனை என பல்வகைப்பட்ட பாடல்களுடன், சிறு உரையாடல் பகுதியையும் இணைத்துப் புத்தெழுச்சியூட்டியவர் தவத்திரு சங்கரதாஸ் சுவாமிகள்.

பல்வகை இசை தெரிந்தவராகவும், சந்தப்பாடல்களில் சிறந்த ஞானமிக்கவராகவும் விளங்கிய சங்கரதாஸ் சுவாமிகள் சிறுவர்களுக்கென நாடக அமைப்பையும் (போய்ஸ் கம்பெனி) நிறுவிய முன்னோடியுமாவார். அவருடைய போய்ஸ் கம்பனியை பின்பற்றி பல நாடகக் கம்பனிகள் உருவாகின.

பின்னாளில் சினிமாவில் புகழ் பெற்ற பெரும்பான்மையான கலைஞர்கள் பலரும் அவர் உருவாக்கிய நாடக மரபிலிருந்து வந்தவர்களாக இருந்தனர். அவர்களின் பட்டியல் மிக நீண்டது. அவர்களில் சிலரை இங்கே குறிப்பிடுவது பொருத்தமானதாகும். S. G. கிட்டப்பா, M. K. தியாகராஜா பாகவதர், P.U. சின்னப்பா, N.S.கிருஷ்ணன், M. M. தண்டபாணி தேசிகர், T.K. சண்முகம், T.K. பகவதி, K. P.சுந்தராம்பாள், M. G. ர்ாமசந்திரன், சிவாஜி கணேசன், T.S. பாலைய்யா, T.A. மதுரம், S. S. ராஜேந்திரன், A. P.நாகராஜன், K. A. தங்கவேலு, சீர்காழி கோவிந்தராஜன், T.V. ரத்தினம், இசையமைப்பாளர்களில் S.V. வெங்கட்ராமன், S.M.சுப்பைய்யாநாயுடு, K. V. மகாதேவன், M. S. விஸ்வநாதன். சங்கரதாஸ் சுவாமிகளின் தாக்கம் தமிழ் சினிமாவில் 1970கள் வரை நீடித்தது என்பர்.

பல்வகை நாடகங்களைப் (மராட்டிய, ஆங்கிலேய) பார்க்கும் வாய்ப்புப் பெற்ற சுவாமிகள் அவற்றிலிருந்து தனது நாடகபாணியை உருவாக்கினார். மக்களுக்குத் தெரிந்த கதை, மக்களுக்கு தெரிந்த இசை என்பது அவரது தாரக மந்திரம்.

இங்கே சங்கரதாஸ் சுவாமிகள் பற்றி குறிப்பிடுவதற்கான காரணம் என்னவென்றால், தற்காலத்தில் கலப்பு இசை (fusion music) என்று அறியப்படுகின்ற கலப்பிசையின் முன்னோடியே அவர் தான் என்பதைச் சுட்டுவதற்காகவே.

நாடகங்களில் பாடப்படும் பாடல்களில் தமிழ் செவ்வியல் இசையையும் (கர்நாடக இசை), நாட்டுப்புற இசையையும் பயன் படுத்திய அவர், இரண்டு இசைகளையும் கலந்து ஒருவிதமான கலப்பிசையையும் உருவாக்கினார். பாமரர்கள் ரசிக்கும் அதே வேளையில், பண்டிதர்கள் பாராட்டும் வகையிலும் பாடல்களை அமைத்து பாராட்டைப் பெற்றார். அதன் மூலம் படித்தவர்கள் மத்தியிலும் நாடகத்திற்கான அங்கீகாரத்தையும் பெற்றுக் கொடுத்தார். “கர்நாடக இசையில் அமைந்த கீர்த்தனை மெட்டுக்களை அப்படியே தனது நாடகத்தில் வைத்து பாமர மக்கள் மத்தியில் அந்த வர்ண மெட்டுக்களை பிரபலப்படுத்தினார்.

கர்நாடக இசை தெரியாத சாதாரண மக்கள், கர்நாடக இசை கீர்த்தனைகளைக் கேட்கும் போது சுவாமிகளின் நாடகப்பாடல் மெட்டுக்களை அவர்கள் பாடுகிறார்கள் என்று சொல்லும் அளவுக்கு பிரபலமாக்கியவர் சுவாமிகள்' என்பார் ஆய்வாளரும், சிறந்த பாடகருமான திரு. அரிமளம் பத்மநாபன். இதனால் விளைந்த பயன் என்னவென்றால் செவ்வியல் இசையை பாமரரும் ரசிக்கும் வழக்கத்தை உருவாக்கின. அதனால் அன்றைய நாடக ரசிகர்களுக்கு ராகங்களைக் கேட்கும் பரிச்சயம் இருந்தது.

சுவாமிகளின் கைவண்ணத்தில் உருவான ஒரு கலப்பிசை தமிழ் மக்கள் மத்தியில் மிகப் புகழ் பெற்றிருந்தது. இன்றும் இருக்கிறது. அந்தப் பாடல் சத்தியவான் சாவித்திரி என்ற நாடகத்திற்காக 1890ஆம் ஆண்டு சுவாமி எழுதி இசையமைத்த 'ஏனோ என்னை எழுப்பலானை மட மானே' என்ற புகழ் பெற்ற பாடலாகும்.

அந்தப் பாடல் அமைக்கப்பட்ட ராகம் தமிழிசையில் மிகவும் புகழ் பெற்ற ராகங்களில் ஒன்றான 'ஆபேரி' ராகமாகும். பாடலில் ஆங்கங்கே நாட்டுப்புற இசையின் உள்ளோசைகள் ஊடாடிக் கொண்டிருக்கும். 'ஆபேரி' ராகத்தின் கனம் குறையாமலும், நாட்டுப்புற இசையின் இனிமை குறையாமலும் அமைக்கப்பட்ட அற்புதமான கலவைக்கு சிறந்த எடுத்துக்காட்டு அந்தப் பாடல். அது பிற்காலத்தில் நவராத்திரி என்கிற படத்தில் 'தங்கச் சரிகை சேலை' என்ற பாடலில் இடம் பெற்றது.

1990களில் வெளிவந்த படம் ஒன்றில் ஒரு காட்சி:

கதாநாயகன் சேரியில் வாழ்பவன். வெற்றிக் களிப்பில் பறை, தாரை, தப்பட்டை அடித்து குதூகலமாக ஆடிப் பாடுகிறார்கள். பாடல் முடியும் தறுவாயில், அவனை விரும்பும் காதலி (உயர் குலப்பெண்) தனது தோழிகளுடன் தீபம் ஏந்திய வண்ணம், தேவாரத்தை மென்மையாகப் பாடிக்கொண்டு வருகிறாள். அவனின் பாடல் முடியவில்லை, இவளது பாடல் தொடங்கியதும் அவர்கள் மெதுவாக தமது சத்தத்தைக் குறைத்து கொள்கிறார்கள். இரண்டு பாடலும் ஒன்றை ஒன்று குழப்பாமல் இணைந்து கொள்கின்றன.

இது தளபதி படத்தில் வரும் ஒரு பாடல் சூழ்நிலை. இங்கே இளையராஜா தனது கைவண்ணத்தைக் காட்டுகிறார். நாட்டுப்புற இசையையும், தமிழ் செவ்வியல் இசையையும் சேர்த்து ஒரு கலப்பு இசையாக மாற்றுகிறார். பயன்படுத்தப்பட்ட ராகம் ஒன்று தான். இருவரது மன ஓட்டத்தை மிக நுட்பமாக இணைத்து விடுகிறார்.

'ராக்கம்மா கையை தட்டு' என்ற பாடல்தான் அது. இசையில் வியப்பூட்டும் அரிய சாதனைப் பாடல். இந்த பாடலுக்கு பயன்படுத்தப்பட்ட ராகம் 'ஆபேரி' மற்றும் 'ஆனந்தபைரவி'. சங்கரதாஸ் சுவாமிகளும் இதே 'ஆபேரி' ராகத்தில் தான் தனது இசைக்கலப்பை செய்தார்.

இந்திய நாடக இசையில் முக்கிய திருப்பமாக ஹார்மோனியம் என்கிற மேலைத்தேய வாத்தியத்தின் வருகை அமைந்தது. 1860களில் பார்சி நாடக குழுவினராலும், மராத்திய நாடக குழுவினராலும் அங்கீகாரம் பெற்று புகழ் பெற்றது. கவாலி இசையிலும், ஹிந்துஸ்தானி இசையிலும் பக்கவாத்திய கருவியாக முக்கிய இடம் பிடித்தது. எனினும் இந்திய சுதந்திரப் போராட்டக் காலத்தில் இந்த வாத்தியத்திற்கு எதிரான (அந்நிய வாத்தியம் என்பதும், இந்திய இசையைக் கெடுக்கிறது என்பதுமான) கருத்துக்கள் ஒலித்தன. வல்லபாய் பட்டேல் ஹார்மோனியத்தை உடைக்க வேண்டும் என்றெல்லாம் பேசியிருக்கிறார். அவர் மட்டுமல்ல, பாரதியாரும் ஹார்மோனியத்தைக் கடுமையாகச் சாடியும், இகழ்ந்தும் பல கட்டுரைகள் எழுதியிருக்கிறார். அகில இந்திய வானொலியிலும் அதன் மீதான தடை 1940–1971 வரை இருந்தது. எனினும், இன்று வரை தனியே ஹார்மோனிய வாத்திய கச்சேரிக்கு அங்கு இடமில்லை. இவை ஒருபுறம் இருந்தாலும் இந்திய, பாகிஸ்தான் போன்ற நாடுகளில் இதன் பயன்பாடு பல்கி பெருகியுள்ளது. நாடக மேடைகளில் இதன் பங்களிப்பு அளப்பரியதாவே இருந்தது.

அத்துடன் மேற்கில் கண்டுபிடிக்கப்பட ஒலிப்பதிவு தொழில் நுட்பத்தின் வருகையும், அதன் வளர்ச்சியும் இசையைப் புதிய தளத்திற்கு இட்டுச் சென்றது. வர்த்தக விரிவாக்கத்தின் விளைவாக 1920 களில் இசைத் தட்டுக்கள் இந்தியாவில் அறிமுகம் செய்யபட்டன. கிராமபோன் இசைத்தட்டுக்கள் (Gramophone) என அவை அழைக்கப்பட்டன. அன்றைய தமிழகத்தில் புகழ் பெற்றிருந்த நாடகப்பாடல்களும், சில கர்நாடக இசைப் பாடகர்களின் பாடல்களும் இசைத்தட்டுகளாக வெளியாகின. இசைத்தட்டு விற்பனையின் வளர்ச்சி, புதிய பாடகர்களின் பாடல்களையும் வெளியிடும் ஆர்வத்தைத் தூண்டின.

1924 ஆம் ஆண்டு M. S.சுப்புலட்சுமி எட்டு வயதில் பாடிய 'மரகத வடிவு செங்கதிராளா' என்ற பாடல் இசைத்தட்டாக வெளி வந்தது. இதுவே M. S. சுப்புலட்சுமி யின் முதல் இசைத்தட்டுப்

பாடலாகும். S. G. கிட்டப்பா, K. P.சுந்தராம்பாள் போன்று நாடகமேடைகளில் புகழ் பெற்ற கலைஞர்களின் பாடல்கள் தனி இசைத் தட்டுக்களாக வெளிவந்தன.

இவ்வாறான ஒரு சூழ்நிலையில் 1931 ஆம் வருடம் தமிழின் முதல் பேசும் படமான காளிதாஸ் வெளியானது. நாடக மேடைகளில் வெற்றி கண்ட நாடகங்களே திரைப்படமாகிய சூழ்நிலையில் பாடல்களும் படங்களில் இணைக்கப்பட்டன. படங்களுக்கான விளம்பரங்களாகவும் பாடல்கள் அமைந்ததால் பாடும் நாடக நடிகர்கள், தங்கள் பாடல்களால் புகழின் உச்சிக்கு சென்றனர். அதனால் பாடக் கூடிய நடிகர், நடிகைகளே திரைப்படங்களிலும் தோன்றினர்.

சுதேசமித்திரனில் (29.10.1931) வெளியான காளிதாஸ் பட விமர்சனத்தின் முக்கிய பகுதிகளைத் தருகிறேன். 'தென்னிதிய நாடகமேடையில் கீர்த்தி வாய்ந்து விளங்கும் மிஸ். டி. பி.ராஜலட்சுமி முதன்முதலாக சினிமாவில் தோன்றுவதை, இவளை நாடக மேடையில் கண்ணுற்ற அனைவரும் பார்க்க இது சமயமாகும். தமிழ், தெலுங்கு பாசையில் தயாரிக்கப்படுள்ள இப்பேசும் படம், இன்னும் சில வாரங்கள் இங்கு செல்லும் என்று எளிதில் கூறலாம்... நாடக மேடையில் இவள் பாட்டுக்களில் சிறந்ததாகிய தியாகராஜா கிருதிகளான'எந்தரா நீதனா', 'சுர ராக சுதா' என்ற இரு பாட்டுக்களையும் ஹரிகாம்போதி, சங்கராபரணம் முதலிய ராகங்களிலும் கேட்கலாம். இதைத் தவிர 'இந்தியர் நமக்குள் ஏனோ வீண் சண்டை', 'ராட்டினமாம் காந்தி கைபாணமாம்' என்ற பாட்டுகளை இனிய குரலுடன் பாடுகிறாள். வார்த்தைகள் தெளிவாக இருப்பது படத்தின் மேன்மையை அதிகரிக்கிறது. மிஸ். ஜான்சிபாயும், மிஸ்டர் ஆர்டியும் செய்த குறத்தி நடனமும் இதில் அடங்கியிருக்கிறது. அவசியம் பார்க்கத் தகுந்தது.'

தமிழ் நாடக மேடைகளில் தமிழ் செவ்வியல் இசையும் (கர்நாடக இசை), நாட்டுப்புற இசையும், ஓரளவு ஹிந்துஸ்தானி இசையும் கலந்த ஒரு கலவையாக இருந்தன என்பதற்கு S. G. கிட்டப்பா பாடி இன்று நமக்குக் கிடைத்துள்ள இசைத்தட்டுப் பாடல்கள் சான்றாக உள்ளன என்பார் இசை ஆய்வாளர் வாமனன்.

வட இந்தியாவில் ஹிந்துஸ்தானி இசை வடிவங்களான கவாலி, கசல் போன்றவை மெல்லிசை வடிவங்களாகவும், வெகுமக்கள் ரசனைக்குரியதானதாகவும் வளர்ந்திருந்த நிலையில், மெல்லிசைப்பாங்கான இனிமையான பாடல்களைத் தருவதில் முன்னோடிகளாக ஹிந்தித் திரைப்பட இசையமைப்பாளர்கள்

விளங்கினார்கள். மெல்லிசை தழுவிய இனிமையான ஹிந்திப் பாடல்கள் 1930 களிலேயே வெளியாகி முன்னுதாரணமிக்கதாக விளங்கின. சைகல் (K.L. saikal), பங்கஜ் முல்லிக் (Bankaj mullic), யுதிகா ராய் (Juthika ray) போன்ற பாடகர்களின் பாடல்கள் இசைத்தட்டுக்களாக வெளி வந்து புகழ் பெற்றன. பங்கஜ் முல்லிக் தாகூரின் பாடல்களைப் பாடி புகழ் பெற்றவர்.

வங்கத்தில் தான் செல்லுமிடங்களில் எல்லாம் இருக்கும் வங்க நாட்டார் பாடல்களைத் தேடி தொகுப்பதில் ஆர்வம் காட்டியவர் தாகூர். அவரது பாடல்கள் வங்காள இசை ரசிகர்களால்'ரவீந்திர சங்கீதம்' என போற்றப்பட்டது. வங்க நாட்டுப்புற இசையிலும், மேற்கத்திய இசையிலும் ஈடுபாடு கொண்ட தாகூர் இரண்டு இசை வகையையும் கலந்து தனது நாடகத் தேவைக்காக சில பாடல்களை அமைத்தார்.

கல்மிரிய என்னும் இசை நாடகத்தில் Auld Lang Syne என்ற ஐரிஷ் (Irish) நாடோடிப் பாடலை இணைத்தார். அந்தப்பாடல் 1788 இல் Robert Burns என்பவரால் வரி வடிவம் பெற்ற பாடலாகும். ஸ்காட்லாந்தில் வாய்மொழியாக வழங்கிய இப்பாடல் ஐயர்லாந்தில் நிலைபெற்றது. இரவல் வாங்குவதையும், காப்பியடிப்பதையும் ஆதரிக்காத தாகூர், இந்தப்பாடலை மிக நுட்பமாக பயன்படுத்தினார்.

ஏனெனில், இந்த Auld Lang Syne என்ற பாடல் அமைக்கப்பட்டுள்ள மெட்டு தமிழ் செவ்வியல் இசையில் மோகன ராகத்திற்கு மிக நெருக்கமான சாயலைக் கொண்டதாக உள்ளது. மலையும் மலை சார்ந்த இடத்திற்கு ஏற்ற ராகம் மோகனம் என தமிழ் செவ்வியல் இசை இடம் வழங்கியுள்ளது.

'மோகன' ராகத்தை இந்துஸ்தானி இசையில் பூபாலி என அழைப்பர். அதன் காரணமாக தாகூர் 'Scotch Bhupali' என அதற்குப் பெயரிட்டார் போலும். Auld Lang Syne என்ற பாடல் உலகமெங்கும் பாடப்படுகின்றது. சமீபத்தில் சீன தொலைக் காட்சியில் சீன பெண்பாடகி ஒருவர் பாடிய போது இது, சீனப் பாடலோ என எண்ண வைத்தது. உலக வியாபகமான ராகங்கள் என வர்ணிக்கப்படும் ஐந்து சுரங்களைக் கொண்ட (Bentatonic Scale) ராகங்களில் மோகனமும் ஒன்றாகும்.

தென் மற்றும் கிழக்கு ஆசியாவில் (இந்தியா, பாகிஸ்தான், நேபால், வியட்நாம், பங்களாதேஷ், சீன, ஜப்பான், அசாம், பர்மா, தாய்லாந்து, கம்போடியா) சர்வசாதாரணமாக கேட்கக்கூடிய

ராகம் இதுவாகும். அதுமட்டுமல்ல, சூடான், எத்தியோப்பியா, சோமாலியா, அரேபிய போன்ற நாடுகளிலும் கேட்கக் கூடிய ராகமாகும் இந்த மோகனம். மேற்சொன்ன Auld Lang Syne என்ற பாடலை ஆதாரமாகக் கொண்டு தாகூர் இரண்டு பாடல்களைத் தந்திருக்கிறார். அவற்றின் தாக்கத்தை கீழ்வரும் பாடல்களில் காணலாம்.

பாடல் 1

'ஆனந்த லோகே மங்கள லோகே' இந்த பாடலின் அனுபல்லவியை, கொஞ்சம் துரித கதியாகக் கொண்டு 'உள்ளத்துக்குளே ஒளிந்திருப்பது ஒன்றல்ல கண்ணா' என்று பழனி (1965) படத்தில் மெல்லிசை மன்னர்கள் விஸ்வநாதன் ராமமூத்தி தொட்டும் தொடாத மாதிரியும் தழுவி செல்லும் படியாக அமைத்திருப்பார்கள். இந்தப் பாடலை விட இன்னும் கொஞ்சம் வேகத்தை கூட்டி,

'நான் நன்றி சொல்ல சொல்ல,
நாணம் மெல்ல மெல்ல
என்னை அணைப்பதென்ன...'

என்ற வரிகளின் மெட்டு நினைவு நரம்புகளில் மின்னி மறையும் ஜாலம் காட்டும். 'நான் நன்றி சொல்வேன் என் கண்களுக்கு' என்று ஆரம்பமாகும் பாடல். (படம்: குழந்தையும் தெய்வமும்) இசை: மெல்லிசை மன்னர்கள் விஸ்வநாதன் ராமமூர்த்தி. கே.வி.மகாதேவனும்'பார்த்துக் கொண்டது கண்ணுக்கு கண்ணு' என்ற பாடலில் (படம்: தாய்க்குத் தலைமகன்) மேற் சொன்ன பாடலின் சாயலை பட்டும் படாததுமாக தொட்டுச் செல்வார். 'என்ன என்ன இது கன்னியின் மனசுக்கு இத்தனை எண்ணங்களா' என்ற வரிகளில் இதை அவதானிக்கலாம்.

'உள்ளத்துக்குளே ஒழிந்திருப்பது ஒன்றல்ல கண்ணா' என்ற பழனி திரைப்படப் பாடலையும், 'நான் நன்றி சொல்வேன்' பாடலின் 'நான் நன்றி சொல்ல சொல்ல' என்று ஆரம்பமாகி பின் தொடரும் மூன்று வரிகளையும் சாதாரணமாக முணு முணுத்து பார்த்தாலே இலகுவில் இது புரியும்.

இதே மெட்டின் இனிமையை தனது இனிய வாத்திய பரிவாரங்களுடன் இளையராஜாவும்,

‘சோலை இளங் குயில்
யாரை எண்ணி எண்ணி
ராகங்கள் பாடுதோ...’

என்ற பாடலின் (படம்: காவலுக்கு கெட்டிக்காரன்) பல்லவியாகக் கொண்டு ஆரம்பித்து, பின் பாடல் வேறு திசையில் சென்று இனிமையைக் கொடுத்து முடிப்பார்.

பொதுவில் பார்க்கும்போது இவை வெவ்வேறு பாடல்களே. ஆனாலும் அவற்றின் சாயல்களில் ஒற்றுமையும் இருக்கும்.

பாடல் 2

‘புர்னோ செய் தினேர் கதா’ இந்த பாடலின் பல்லவியை ஆதாரமாகக் கொண்டு, காலம் சென்ற இசையமைப்பாளர் சந்திரபோஸ் ‘சின்ன கண்ணா செல்லக் கண்ணா’ என்று ஆரம்பமாகும் (படம்: தாய் மேல் ஆணை) பாடலில்’தாய் மடியில் நீ படுக்கும் காலம் நிம்மதி’ என்ற வரிகள் வருகின்ற பாடல். இந்த பாடலைத் தழுவியதாக இருக்கும்.

தாகூரின் தாக்கம் மேல் சொன்ன பாடல்களில் இருப்பினும், தமிழ் செவ்வியல் இசையையும், நாட்டுப்புற இசையையும் பயன்படுத்தி வந்த தமிழ் சினிமாவை ஹிந்தி சினிமாவின் மெல்லிசைப் பாங்கான பாடல்கள் 1940 களிலேயே ஆக்கிரமிக்கத் தொடங்கின.

ஹிந்தி பாடல்களின் மெல்லிசை ஓங்கிய இனிமையும், வாத்திய இசை இணைப்பும் பரந்து பட்ட மக்களைக் கவர்ந்ததில் வியப்பில்லை. அது இந்திய திரை இசையில் மிகுந்த செல்வாக்குச் செலுத்தியது என்பதை யாரும் மறுத்துவிட முடியாது. தமிழ் திரை இசையிலும் இளையராஜாவின் வருகை வரை அதன் தாக்கம் அதிகமாகவே இருந்தது.

அந்தக் கால தமிழ் திரைப்படத் தயாரிப்பாளர்கள் ஹிந்திப் பாடல்களைத் தழுவியே இசையமைக்கும்படி தமிழ் இசையமைப்பாளர்களுக்கு கட்டளையிட்டனர் எனலாம்! இந்தப் போக்கை நியாயப்படுத்துவது போல இசை அறிஞர் பாபநாசம் சிவன், ராண்டார் கையிடம் சொன்ன செய்தி: (ராண்டார்கை, சம்பத்திற்கு அளித்த BBC பேட்டி)

ஸ”ஏற்கனவே இருக்கும் ஒரு பாட்டினை அப்படியே திரைப்பாடலாக மாற்றுவதில் தவறில்லை. இசை என்பது

கடவுளால் கொடுக்கப்பட்டது. அது என் வழியா வருது, பங்கஜ் முல்லிக் ஊடாக வருது, சைகல் வழியே வருது, மேல் நாட்டில் Bing Grosby யாலும் வருது. யாருக்கும் சொந்தம் கிடையாது."

பழைய தமிழ் திரையிசைப் பாடல்களில் இன்று மிகப் பெருமையாகப் பேசப்படும் பாடல்களில் சில ஹிந்தி, வங்காள மொழிகளில் வெளிவந்த பாடல்களின் நேரடித் தழுவல்களாகவே இருந்துள்ளன. மீரா (1945) படத்தில் 'காற்றினிலே வரும் கீதம்' என்ற புகழ் பெற்ற பாடல் இன்று ஒரு Classical தரத்திற்கு மதிக்கப்படுகிறது. மெட்டின் இனிமை, M. S. சுப்புலட்சுமி என்கிற புகழ் பெற்ற பாடகி ஒருபுறம் என்பவை பாடலின் புகழுக்கான காரணங்கள். S.V. வெங்கட்ராமன் என்கிற அந்த காலத்து புகழ் பெற்ற இசையமைப்பாளர்களில் ஒருவர் அந்த படத்தின் இசையமைப்பாளராக இருந்தார். அவர் சொந்தமாக பல அற்புதமான பாடல்களைத் தந்தவர்.

மேற் குறிப்பிட்ட அந்தப் பாடல் 1935 இல் வெளிவந்த 'தூடுகைய மனு பீனா' என்று ஆரம்பிக்கும் ஹிந்தி பஜன் பாடலின் நகலாகும். அதுமட்டுமல்ல 'வதனமே சந்திர பிம்பமோ...' என்ற (படம்: சிவகவி-1940) பாடலும் வங்காள இசையமைப்பாளர் தாஸ் குப்தா (Das Guptha) அமைத்த நாட்டிய இசையில் இருந்து எடுக்கப்பட்ட டியூன் (tune) ஆகும்.

சகுந்தலை (1940) படத்தில் N.S.கிருஷ்ணனும், T.S. துரைராஜும் பாடிய 'தூர கடல் தாண்டி போவோமே மீன் பிடிப்போமே' என்ற ஒரு சிறந்த நகைச்சுவைப்பாடல். 'அடிப்பியா... ? அப்பன் மவனே சிங்கம்டா...' போன்ற வசனங்கள் கலகலப்பூட்டுபவை. நாட்டுப் புறப்பாங்கில் அருமையான மெட்டமைப்பை கொண்ட இந்தப் பாடல், 1905ஆம் வருடம் தாகூர் இசையமைத்த 'எகல சோலே ரே' என்று ஆரம்பமாகும் பஜன் பாடலின் நகலாகும். இது போல இன்னும் பல உதாரணங்களைக் காட்டலாம். 1940 களிலிருந்து ஆங்காங்கே நடந்த நகலெடுப்புகள் 1950 களில் இன்னும் அதிகரித்தன. அவை உளத்தூண்டுதலாக அல்லாமல் கண்மூடித்தனமான நகலெடுப்புக்களாகின. மெட்டுக்குள் அடங்காத தமிழ் சொற்களும், சரியற்ற உச்சரிப்புகளுமான பாடல்கள் வரத் தொடங்கின. இந்த நிலையை நையாண்டி செய்வது போல் T.R.மகாலிங்கம் மோகனசுந்தரம் படத்தில் 'பாட்டு வேணுமா உனக்கொரு பாட்டு வேணுமா...' என்றொரு பாடல் பாடுவார். அந்தப் பாடலின் சரணத்தில்,

'வட நாட்டு பட மெட்டில்
நல்ல தமிழை புகுத்தி
தொல்லை தரும் தமிழ் பாட்டு வேணுமா ?'

என்று பாடும் வரிகள் இன்று A.R.ரகுமானும் அவரைப் பின்பற்றி சிலரும் தமிழை ஏறுமாறாக புரட்டி எடுக்கும் நிலைமைக்கு ஒப்பானதான உள்ளது. அன்று ஹிந்தி மெட்டுக்குள் தமிழ் சிக்கி தவித்தது.

ஆயினும் 1950 களில் வெளிவந்த நல்ல ஹிந்திப்பாடல் மெட்டுகளுக்கு உயிரோட்டமான, கவிதை நயமிக்க வரிகளை எழுதியவர் கம்பதாசன். AAH (1953) என்ற ஹிந்திப்படம் தமிழில் அவன் (1953) என்று மொழியாக்கம் செய்யப்பட்டது. அந்த படத்தின் அத்தனை பாடல்களையும் எழுதியவர் கம்பதாசன்.

1. 'கண் காணாததும் மனம் கண்டு விடும்'
2. 'ஏகாந்தமாம் இம்மாலையில் என்னை வாட்டுது உன் நினைவே'
3. 'அன்பே வா அழைக்கின்ற எந்தன் மூச்சே'
4. 'காரிருள் நேரம் சாலையோ தூரம் கண்ணீர் பாரம் நெஞ்சிலே'

இந்தப்பாடல்கள், காலத்தை வென்று நிற்கின்ற, அமரத்துவம் மிக்க, மெல்லிசையில் தன்னிகரற்ற பாடல்களாக இன்றும் விளங்குகின்றன. நல்ல பாடல்களைக் கொண்ட திரைப்படங்களை மொழி மாற்றம் செய்யும் போது விளைகின்ற நன்மைகளில் இதுவும் ஒன்றாகும். அது மட்டுமல்ல, திரும்பவும் ரீ மேக் (remake) செய்யப்படும் போதும் நல்ல பாடல்கள் பயன்பட்டு வெற்றி பெறுகின்றன. ஹிந்தியிலிருந்து நேரடியாக மொழிமாற்றம் செய்யப்பட்ட AAH 1953 (தமிழில் அவன்). Mughal - E-Azam 1960 (தமிழில் அக்பர்), Woh kaun Thi? (1964) 'தமிழில் யார் நீ? 'போன்ற படப்பாடல்கள் மெல்லிசையின் உச்சங்கள் என்று சொல்லலாம். யார் நீ? படத்தின் இசையமைப்பாளர் வேதா. ஆயினும் அவை ஹிந்தி படப் பாடல்களின் நகல்களே. ஹிந்தியில் அந்த பாடல்களை இசையமைத்தவர் மெல்லிசையில் பல அற்புதங்களைச் செய்த இசைமேதை மதன் மோகன்.

AAH (1953) இசை: Shankar Jaikishan

Mughal- E- Azam 1960 இசை: நௌசாத் அலி

Woh kaun Thi? (1964): இசை: Madan Mohan

1940 களில் தமிழ் திரைப்படங்களில் ஜி.ராமநாதன், எஸ்.வி.வெங்கட்ராமன், எஸ்.எம். சுப்பையா நாயுடு, சி. ஆர்.சுப்பராமன், ஆர். சுதர்சனம் போன்றோர் கர்நாடக இசையை, நாட்டுப்புற இசையை அடிப்படையாக வைத்துக் கொண்டு நல்ல பாடல்களை தந்தார்கள். அவர்களில் பாபநாசம் சிவன், ஜி.ராமநாதன், எம். கே. தியாகராஜா பாகவதர் கூட்டணி மாபெரும் வெற்றிப் பாடல்களைத் தந்தது.

1940களில் ஹிந்திப் பட இசையின் மீதான மோகம் அதிகமாக இருந்த நிலைமை 1950 களிலும் தொடர்ந்தது. இந்த நிலைமையை மாற்ற வேண்டும் என்ற எண்ணம் கொண்ட தமிழ் இசையமைப்பாளர்கள் தங்களது திறமையை வெளிப்படுத்தும் முயற்சிகளை மேற்கொண்டார்கள். தங்களாலும் சிறந்த மெல்லிசைப் பாடல்களைத் தர முடியும் என நிரூபிக்க மிகவும் பாடுபட்டிருக்கிறார்கள். பொதுவாக இசையில் புதுமை என்பது, மாற்று இசை வடிவங்களுடன் நம்முடைய இசையை எப்படி பொருத்துவது அல்லது கலப்பது என்பதிலேயே இருக்கிறது என இன்று வரை கருதப்படுகிறது. அதில் ஏற்படும் ஒரு பண்புமாற்றம் புதுமைக்கு வழி வகுக்கும். அதற்கு படைப்புத்திறன் அதிகம் தேவைப்படுகிறது.

வட இந்தியாவில் 15, 16ஆம் நூற்றாண்டில் அரசியல் மாற்றங்களால் அவ்வாறான ஒரு சூழல் (பலவிதமான இசைகளின் கலப்பு) ஏற்பட்டிருந்தது. இந்திய செவ்வியல் இசையுடன் (தமிழ் செவ்வியல் இசையே), அரேபிய இசை கலந்து ஏற்கனவே ஹிந்துஸ்தானி இசையாகி, பாரசீக (ஈரான், ஆப்கானிஸ்தான்) இசை நுட்பங்கள் இணைந்து கவாலி, கசல் போன்ற இசை வடிவங்கள் தோன்றி களிப்பாட்ட இசையாகவும் (entertanining), மெல்லிசையாகவும் வளர்ந்திருந்தன. இந்த வரலாற்றுப் பின்னணியே ஹிந்தி திரைப்பட இசையமைப்பாளர்கள் தலை சிறந்த மெல்லிசைப் பாடல்களைத் தர இலகுவாக அமைந்தது எனலாம்.

தனிச் சிறப்புமிக்க செவ்வியல் இசை மரபு கொண்ட தமிழ் சூழலில் இது இலகுவான காரியமாக இருக்கவில்லை. எனினும் அந்த மரபிலிருந்தே அவர்கள் அதனைச் சாதித்துக் காட்ட முனைந்தார்கள்.

• • •

ஜி.ராமநாதன் காலம்–பேச்சோசைப் பாடல்கள்

தமிழ்த்திரைப்பட இசையுலகில் 'இசையமைப்பாளர்' யாரென அறியப்படாத காலத்தில் பாடல்களை அமைத்தவர் இசை அறிஞர் பாபநாசம் சிவன். கர்நாடக கீர்த்தனைகள் அப்படியே ஒலித்த காலத்தில் அந்த முறையிலேயே தனது பாடல்களையும் அமைத்துக் கொடுத்தவர் சிவன். பின்னர் இசையமைப்பாளர்களுடன் இணைந்த போதும், பாடல்களுக்கான சுரங்களை எழுதிக் கொடுத்துவிடுவார். பாடலுக்கு வாத்தியம் சேர்ப்பது இசையமைப்பாளர்களின் வேலையாக இருந்தது. தமிழ்ச் செவ்வியல் இசைப் (கர்நாடக இசைப்) பாடலான'எப்ப வருவாரோ...' என்ற பாடல் மெட்டில்'சற்ப கோண போதன்...' என்ற பாடலை தியாகராஜ பாகவதர் பாடினார். பாபநாசம் சிவனின் அகத்தூண்டுதல் தமிழ் செவ்வியல் இசையே.

பொதுவாக மரபு என்பதை ஒரு சுமை எனக் கருதும் ஒருநிலையில், அந்த மரபிலிருந்தே அதனைச் சாதித்துக் காட்ட முனைந்தார்கள் பாபநாசம் சிவனுக்கு பின்வந்த இசையமைப்பாளர்கள். அந்த முயற்சியில் மந்திரிகுமாரி (1949), பொன்முடி (1950) போன்ற படங்களில் சிறந்த மெல்லிசைப் பாடல்களை தந்தவர் இசை மேதை ஜி.ராமநாதன்.

'மந்திரிகுமாரி' படத்தில் அவர் இசையமைத்த

1. வாராய் நீ வாராய்
2. உலவும் தென்றல் காற்றினிலே

போன்ற பாடல்களும்,

பொன்முடி படத்தில்,

1. வான் மழையின்றி வாடிடும் பயிர் போல்
2. நீல வானும் நிலவும் போல
3. என் காலமோ மாற நம் காதலே பொய்யானதோ

போன்ற பாடல்கள் தமிழ் திரை இசையில் மெல்லிசைக்கான முன் முயற்சிகளாகும். இந்தப் பாடல்கள் இன்றுவரை அவருடைய புகழை நிலைநாட்டிக் கொண்டிருக்கின்றன. பொன்முடி படத்தில் ஜி.ராமநாதனே எல்லாப் பாடல்களையும் பாடினார். அவர் சிறந்த பாடகர் என்பது பலரும் அறியாத செய்தியாகும். உயிரோட்டமாக பாடுவது என்பதை இவர் பாடும் முறையில் அறியலாம். இவருடைய பாடல்களை கேட்கும் போது இதனை நான் உணர்ந்திருக்கிறேன். குறிப்பாக கே.வி.மகாதேவன் இசையமைத்த'எஜமான் பெற்ற செல்வமே என் சின்ன எஜமானே' என்ற பாடலை (படம்: அல்லி பெற்றபிள்ளை–1960) மிக, மிக உருக்கமாக அவர் பாடியிருப்பார்.

ஜி.ராமனாதனின் இசையமைப்பில் பாடல்கள் பெரும் பாலும் ஓங்கி குரல் எடுத்து பாடும் வகையிலேயே அமைக்கப்பட்டிருக்கும். அதில் உயிரைப் பிடித்தாட்டும் உணர்வுகள் நிறைந்த சங்கதிகள் இருக்கும். வேறு ஒரு பாடகர் பாடும் போது ஜி.ராமநாதன் எவ்விதம் அதனை பாடிக் காண்பித்திருப்பார் என்கிற எண்ணம் எழாமல் இருக்க முடியாது. அவரைப் பற்றி அவரிடம் சிறந்த பாடல்களைப் பாடிய திரு. சீர்காழி கோவிந்தராஜன் பின்வருமாறு கூறுகிறார்:

"ஹார்மோனியத்தில் அவருடைய கை விரலகள் நளினமாக நடமாடும். அவருடைய உடல் மெல்லக் குலுங்கும். குழைவுடன் அவரது குரலிலே பாடல் உலவும். ஆஹா... சொக்க வைத்து விடுவார். இசை என்ற வலையிலே கேட்பவர்களைச் சிக்க வைத்து விடுவார். அவர் பாடும் போது திருப்தியடையும் தயாரிப்பாளர்கள், நாங்கள் அதே பாடலைப் பாடும் போது லேசில் திருப்தியடைய மாட்டார்கள்."

இந்தக் கருத்தை நிச்சயமாக அவர் பாடுவதைக் கேட்பவர்கள் உணரலாம். அது மட்டுமல்ல அவரது பாடல்களைப் பாடி பழகினால் மற்ற இசையமைப்பாளர்களின் பாடலை இலகுவாகப் பாடலாம் என்கிற சிந்தனை பல காலமாக என்னுள் இருந்தது. அந்தக் கருத்துச் சரியென நிரூபிப்பது போல திரு. T.M.சௌந்தரராஜன் சில வருடங்களுக்கு முன் வெளிவந்த'திரை இசை அலைகள்' என்ற வாமனனின் நூலில் வாக்குமூலம் தருகிறார்.

"நான் வளர்வதற்கும், என்னுடைய சாரீரத்தை பக்குவப் படுத்துவதற்கு, நான் தைரியமா பாடிக்கிட்டிருக்கிறதுக்கும் ஜி.ராமநாத ஐயர்தான், அவர் கொடுத்த வழிதான் காரணம். அவரோட மியூசிக்கால்தான் நான் சிங்கம் மாதிரி பாடிக்கிட்டிருக்கேன்.

சாரீரத்தில் ஆண்மை வேண்டும் என்பார். அவர் அப்படித்தான் பாடிக்காட்டுவார்.”

கர்நாடக இசையையும், நாட்டுப்புற இசையையும் ஆதர்சமாகக் கொண்டு ஜி.ராமநாதன் இனிமையான பல பாடல்களைத் தந்தார். கர்நாடக இசையில் உள்ள ராகங்களை அடையாளம் காணவும், அவை குறித்து அறியவும் விரும்புபவர்கள் இவரது பாடல்களைக் கேட்பது நல்ல பயன் தரும். தமிழ் செவ்வியல் இசை ராகங்களின் இலக்கணங்கள் மாறாமல், அதன் இனிமையான பக்கங்களை எடுத்துக் கொண்டு, நீட்டி முழக்காமல், மன உணர்வுகளை சூழ்நிலைகளுக்குப் பொருத்தமாக, குறுகிய நேரத்திற்குள் (3 நிமிடத்திற்குள்) வெளிப்படுத்தக் கூடிய அற்புதங்களை பாடல்களில் நிகழ்த்தியவர் இசை மேதை ஜி.ராமநாதன். ஒப்புவமையில்லாத கானங்களால் கேட்போரின் மனங்களைப் பரவசப்புடுத்துகிற, உருக வைக்கிற சக்தி அவருடைய பாடல்களில் இருந்தன.

கர்நாடக இசையை அடிப்படையாக வைத்துக்கொண்டு அவர் இசையமைத்த பாடல்களை மூன்று பிரிவுகளுக்குள் அடக்கலாம் என நினைக்கிறேன்.

1. மெல்லிசை வடிவம் (Light music)

2. செவ்வியல் இசை தழுவிய பாடல்கள் (Semi Classical songs)

3. ராகமாலிகையில் அமைந்த பாடல்கள்

இதில் எந்தப் பிரிவான பாடல் என்றாலும் அதில் ராகங்களை மிக எளிதாக அடையாளம் கண்டு விடலாம் என்பது முக்கிய அம்சமாகும். மெல்லிசைப்பாடல்களுக்கு எடுத்துக் காட்டாக சில பாடல்கள்.

யானைத் தந்தம் போல பிறை நிலா
வானிலே ஜோதியாய் வீசுதே...

1952 இல் அமரகவி என்ற படத்தில் ஜி.ராமநாதன் இசையமைத்து, ‘ஆபேரி’ ராகத்தில் அமைக்கப்பட்ட பாடல். அருமையான இந்தப் பாடலை உந்துதலாக கொண்டு ஷங்கர்–ஜெய்கிஷன் என்கிற புகழ்பெற்ற ஹிந்தி இசையமைப்பாளர்கள் 1954 இல் வெளியான (படம்: Badshah) என்ற ஹிந்திப் படத்தில் Aa neele Gagan tale pyar என்ற பாடலைத் தந்தார்கள்.

‘யானைத் தந்தம் போல பிறை நிலா...’ என்ற அந்தப் பாடல் மெல்லிசையின் முன்னோடியான பாடல் ஆகும். இந்த பாடலை

இன்று கேட்கும் போதும் மிகவும் வியப்பாக இருக்கும். புதுமைக்கு புதுமையாயும், பழமைக்கு பழமையாயும் விளங்குகின்ற பாடலாகும். பின்னாளில் 1984 இல் ஜோதிமலர் என்ற படத்தில் ஷங்கர் கணேஷ் இசையமைப்பில், 'வெண்ணிலா முகம் பாடுது கண்ணிலே சுகம் தேடுது' என்ற பாடல் ஜி. ராமனாதனின் மேற்சொன்ன பாடலின் பாதிப்பால் உருவானது என்பதை என்பதை யாரும் உணரலாம்.

1. 'அழகோடையில் நீந்தும் இள அன்னம்' (கோகிலவாணி– 'திலங்' ராகம்)
2. 'அன்பே எந்தன் முன்னாலே' (ஆரவல்லி– ராகம் மோகனம்)
3. 'வாராய் நீ வாராய்' (மந்திரி குமரி–ஆபேரி ராகம்)
4. 'வாடா மலரே தமிழ் தேனே' (அம்பிகாபதி– முகாரி ராகம்)
5. 'அன்பே என் ஆரமுதே வாராய்' (கோமதின் காதலன்– ஆபேரி ராகம்)
6. 'மோகன புன்னகை செய்திடும் நிலவே' (வணங்காமுடி– கமாஸ் ராகம்)
7. 'கற்பனை கனவினிலே வந்த கதா நாயகி யாரோ' (கதாநாயகி)
8. 'துரையே இளமை பாராய்' (கதாநாயகி)
9. 'காற்று வெளியிடைக் கண்ணம்மா' (கப்பலோட்டிய தமிழன்– ராகம் மோகனம்) பாரதி பாடலை காதலர்கள் பாடும் பாடலாக மாற்றி, மிக அருமையாக இசையமைக்கப்பட்ட பாடல் இது.

செவ்வியல் இசை தழுவிய பாடல்களுக்கு எடுத்துக் காட்டாக சில பாடல்கள்.

1. 'என்னைப் போல் பெண்ணல்லவோ' (வணங்காமுடி– ராகம் தோடி)
2. 'பார்த்துக் கொண்டிருந்தாலே போதும்' (சித்தூர் ராணி பத்மினி– கல்யாணி ராகம்)
3. 'சிந்தனை செய் மனமே' (அம்பிகாபதி– கல்யாணி ராகம்)
4. 'மன்மதலீலையை' (ஹரிதாஸ்–சாருகேசி ராகம்)

5. 'அற்புதக் காட்சி ஒன்று கண்டேன்' (சதாரம்–சுத்த சாவேரி ராகம்)
6. 'ஆடல் காணீரோ' (மதுரை வீரன்–ராகம் சாருகேசி)
7. 'வா வா கலைமதியே வா' (கற்புக்கரசி–சுத்த தன்யாசி ராகம்)
8. 'சரச மோகன சங்கீதாம்கிருத' (கோகிலவாணி–சுத்த தன்யாசி ராகம்)
9. 'கேட்பதெல்லாம் காதல் கீதங்களே' (இல்லற ஜோதி)

1970, 1980 களில் இந்தவகைப் பாடல்களில் மலையாள சினிமாவில் ஜி.தேவராஜன், வீ.தட்சிணாமூர்த்தி, பாபு ராஜ், எம். பீ. ஸ்ரீனிவாசன், பாஸ்கரன், ரவீந்திரன், எம். ஜி.ராதாகிருஷ்ணன், பாம்பே ரவி போன்றோர் மிக அழகான பாடல்களை இசையமைத்திருக்கிறார்கள். இந்த வகைப் பாடல்களைக் கேட்டே தமிழ் செவ்வியல் இசையை (கர்நாடக இசையை) ரசிக்கும் அல்லது கேட்கும் நிலைக்கு நான் வந்தேன்.

ராகமாலிகையில் அமைந்த பாடல்களுக்கு எடுத்துக் காட்டாக சில பாடல்கள்.

1. காத்திருப்பான் கமலக் கண்ணன் (உத்தம புத்திரன்) ராகமாலிகையில் அமைந்த ராகங்கள் சாருமதி, திலங், மோகனம்.

இந்தப் பாடலின் ராக அமைப்பை மிகவும் வியந்து பாராட்டியுள்ளார் இளையராஜா. என்னுடைய கணிப்பிலும் தமிழ் சினிமாவில் வெளிவந்த தலை சிறந்த பாடல்களில் இதுவும் ஒன்றாகும்.

2. 'எல்லையில்லாத இன்பத்திலே' (சக்கரவர்த்தித் திருமகள்) அமைந்த ராகங்கள் கல்யாணி, கானடா

3. 'தண்ணீர் விட்டோ வளர்த்தோம்' (கப்பலோட்டிய தமிழன்) அமைந்த ராகங்கள்–சிந்துபைரவி, ஜோன்புரி, தேஷ், சிவரஞ்சனி. இந்த பாடலில் வரும்,

'மேலோர்கள் வெஞ் சிறையில் வீழ்ந்து கிடப்பதுவும்
நூலோர்கள் செக்கடியில் நோவதும் காண்கிலையோ.'

என்ற வரிகளைத் 'தேஷ்' ராகத்தில் அவர் பாடும் போது கண்கள் குளமாகி விடும்.

திருச்சி லோகநாதன் மிகவும் அருமையாக இந்தப் பாடலை பாடிருக்கிறார். அவர் தான் சில பாடல்களைப் பாட வேண்டும் என்று ஜி.ராமநாதன் பிடிவாதம் பிடித்து, பல நாட்கள் (திருச்சி லோகநாதன் மலேசியாவில் இருந்து இசை நிகழ்ச்சி நடாத்தி விட்டு திரும்பும் வரை) காத்திருந்து பாட வைத்தாக திருச்சி லோகநாதனின் புதல்வர் டி. எல். மகராஜன் தெரிவித்திருந்தார்.

4. நித்திரை இல்லையடி சகியே (காத்தவராயன்) அமைந்த ராகங்கள் ஆபேரி, பாகேஸ்வரி, பந்துவராளி. இதுவும் அவரது சிறந்த படைப்புக்களில் ஒன்றாகும்.

தமிழ் செவ்வியல் (கர்நாடக இசை) ராகங்களை அடிப்படையாகக் கொண்டு ஜி, ராமநாதன் இசை அமைக்க முக்கியமான காரணமாய் அமைந்தவை அக்கால ராஜா ராணி கதைகளை மையமாகக் கொண்டு வெளி வந்த திரைப்படங்களே. அவர்கள் ஏற்கனவே நாடகங்களிருந்தும் வந்ததால் அவர்களுக்கு அவை தோதாக இருந்தது எனலாம். அவர்களது இசை நாடக பாணியில் இருப்பதையும் நாம் அவதானிக்கலாம். அதிலிருந்து மனதை நெகிழ வைக்கும் நல்ல பாடல்களைத் தந்தது அவரின் சிறப்பாகும்.

பாரதி பாடல்களுக்கு ஜி.ராமநாதன் இசையமைத்த முறை மிக முக்கியமாகக் குறிப்பிடப்பட வேண்டிய இன்னொரு விசயமாகும். வேறு பல இசையமைப்பாளர்களும் பாரதி பாடல்களுக்கு இசை வழங்கியிருந்தாலும் ஜி.ராமநாதன் பாடல்கள் உணர்வு வெளிப்பாட்டில் சிறந்து விளங்குகின்றன. கப்பலோட்டிய தமிழன் படத்தில்

'தண்ணீர் விட்டோ வளர்த்தோம்...' என்ற பாடலுக்கு மிக அற்புதமாக இசையமைத்திருப்பார். 'காற்று வெளியிடை கண்ணம்மா...' பாடல் இசையமைப்பும் மெல்லிசையின் உயர்ந்த இடத்தில் நிற்கின்ற பாடல் ஆகும். இந்த பாடல்களைப் பாரதி கேட்டிருந்தால் மிக ஆனந்தம் அடைந்திருப்பான். 1963 ஆம் வருடம், தனது 53 ஆம் வயதில் மரணமடைந்த ஜி.ராமனாதனின் இழப்பு, நல்ல இசை ரசிகர்களுக்கு பேரிழப்பாகும். தனது இறுதிப் படமான தெய்வத்தின் தெய்வம் படத்தில்,

'நீயில்லாத உலகத்திலே நிம்மதியில்லை',
'பாட்டுப்பாட வாய் எடுத்தேன் ஆராரோ',
'கண்ணுக்குள் எத்தனை வெள்ளமடி',
'கண்ணன் மன நிலையை தங்கமே தங்கம்'...

போன்ற அருமையான மெல்லிசைபாங்கான பாடல்களைத் தந்தார். 'பாட்டுப்பாட வாய் எடுத்தேன் ஆராரோ' என்ற பாடலில் ஒப்பாரி இசையை மிக லாவகமாகப் பயன்படுத்தியிருப்பார். இந்த பாடலை உந்துதலாகக் கொண்டு 'பார் மகளே பார்' படத்தில் விஸ்வநாதன் ராமமூர்த்தி இரட்டையர்கள் 'பூச்சூடும் நேரத்திலே போய் விட்டாயே அம்மா போகுமிடம் சொல்லாமல் போய் விட்டாயே' என்ற பாடலைச் சிறப்பாகத் தந்தார்கள்.

மரபிசையில் நின்று புதுமை செய்த ஜி.ராமநாதன் மேற்கத்திய இசையை ஒரு சில பாடல்களில் பயன்படுத்தியுள்ளார். ராக் ஆன் ரோல் (Rock and Roll) பாணியை யாரடி நீ மோகினி பாடலில் (படம்: உத்தமபுத்திரன்) இணைத்தார். அது மட்டுமல்ல 'சின்னப்பெண்ணான போதிலே...' என்ற பாடலை (படம்: ஆரவல்லி) ஆங்கில பாடலான Que Sera Sera (When I was a Little Girl...) பாடலின் நேரடித் தழுவலாகத் தமிழில் தந்தார்.

இந்த இரண்டு பாடல்களில் அவர் மேலைத்தேய இசையை பயன்படுத்தினார். இவருடைய பாடல்களில் ஹிந்தி இசையமைப்பாளர்களான நௌசாத், சி. ராமச்சந்திரா (C. Ramchandra) போன்றோரின் தாக்கமும் உண்டு. சி. ராமச்சந்திரா இசையமைத்த Yeh Zindagi Usi Ki என்ற அனார்க்கலி படப் பாடலை தழுவி தமிழில் காவேரி என்ற படத்தில் 'என் சிந்தை நோயும் தீருமா' என்ற பாடலை அமைத்தார். Yeh Zindagi Usi Ki என்ற அதே பாடலை அனார்க்கலி (தமிழ்) படத்தில் ஆதி நாராயணராவ் என்ற இசையமைப்பாளர் 'ஜீவிதமே சபலமோ' என்ற பாடலாகத் தந்தார்.

Yeh Zindagi Usi Ki என்ற இந்த பாடலை அகத்தூண்டுதலாகக் கொண்டு, கண்டுபிடிக்க முடியாத வண்ணம், 'விண்ணில் வாழும் தேவனோ' (படம்: மந்திரவாதி–1955) என்ற பாடலை அமைத்தார்கள் தமிழ் திரையின் முதல் இரட்டையர்களான லக்ஷ்மன் பிரதர்ஸ்.

கப்பலோட்டிய தமிழன் படத்தில், ஜி.ராமநாதன் மிக சிறப்பாக பாரதியின் பல பாடல்களை அமைத்தவராயினும் அதில் வரும் 'வெள்ளிப்பனி மலையின் மீதுலாவுவோம்' என்ற பாடல் இளையராஜாவின் அண்ணன் பாவலர் வரதராஜன் இசையமைத்து கம்யூனிஸ்ட் கட்சி நாடகங்களில் பாடப்பட்டு வந்த பாடல் என்றும், அதை அப்படியே திரைப்படத்தில் பயன்படுத்திக் கொண்டார்கள் என்றும் 'இளையராஜா சகோதர்களின் இசை பயணம்' என்கிற

நூலை எழுதியவரும் பாவலர் வரதராஜனின் தோழருமான சங்கை வேலவன் தனது நூலில் பதிவு செய்திருக்கிறார்.

கர்நாடக இசையில், மிகவும் அருமையான ராகங்களை எல்லாம் தனி பக்தி உணர்வை மட்டும் காட்டி வந்த சூழலில், அதையும் தாண்டி பலவிதமான உணர்வுகளையும் காட்டலாம் என நிரூபித்தவர்கள் சினிமா இசையமைப்பாளர்கள். அனாதைகளாக, தேடுவார் இல்லாமல் கிடந்த ராகங்களை எல்லாம் பிரபலப்படுத்தியவர்கள் தமிழ் திரை இசையமைப்பாளர்கள் என்பது மிகையான கூற்று அல்ல.

அதற்குச் சிறந்த உதாரணம் 'மன்மதலீலையை வென்றார் உண்டோ' (படம்: ஹரிதாஸ்-1945) என்ற சாருகேசி ராகப்பாடல். சாருகேசி ராகம். கர்நாடக இசைக் கலைஞர்களே அதனை தொடாதிருந்த நிலையில், இந்த பாடல் மூலம் சாதாரண மக்களையும் பாட வைத்தவர் இசையமைப்பாளர் ஜி.ராமநாதன். இந்த பாடலின் புகழே, வித்துவான்களை சாருகேசி ராகத்தின் பக்கம் திருப்பியது.

எனது பதின்ம வயதில் அவரின் பாடல்களால் மிக ஈர்க்கப் பட்டேன். எங்கள் ஊரில் (கம்பர்மலை, வல்வெட்டி துறையை அண்மித்த கிராமம்.) எந்த விதமான கொண்டாடங்களிலும் ஜி.ராமநாதன் இசையமைத்த பாடல்கள் ஒலிக்கும். குறிப்பாக 'அம்பிகாபதி' படப் பாடல்கள். அவை மனதில் மிகவும் தாக்கம் ஏற்படுத்தின. இந்தப் பாடல்கள் எங்கள் காதுகளில் நம்மை அறியாமல் விழுந்து கொண்டே இருந்தன. ஜி.ராமநாதனை அடையாளம் கண்டு, ரசிக்க தொடங்கிய காலத்தில் அவரது வேறு படப் பாடல்கள் நாம் அறிந்த வட்டாரத்தில் இருக்கவில்லை. ஒரே இடம் இலங்கை வானொலி தான்.

இலங்கை வானொலியில் அன்று 'ஒரு படப்பாடல்' நிகழ்ச்சி என ஒலிபரப்பாகும். அந்த நிகழ்ச்சியில் மட்டும் தான் ஒரு படத்தின் எல்லா பாடல்களும் ஒலிக்க விடுவார்கள். ஒரு படத்தின் ஒரு பாடல் மட்டுமே ஒரு நாளில் ஒலிபரப்புவது அன்றைய இலங்கை வானொலியின் வழமை. ஒரு படப்பாடல் நிகழ்ச்சியில் ஜி.ராமநாதனின் பாடல்களென்றால் அது தான் எங்களுக்குத் திருநாள். அவரது பாடல்களை ஒலிப்பதிவு செய்ய நானும், எனது பால்ய நண்பனும் (பிரேமதாஸ்- கனடா) ரேடியோ முன்பு தவம் கிடப்போம்.

நாம் ஒரு பாடலில் வரும் தபேலா தாளத்தை வைத்தே ஜி.ராமநாதனின் பாடல்களைக் கண்டுபிடித்து விடுவோம். அவரது பாடல்களில் தாளம் சிறப்பானதாக இருக்கும். தபேலா சிறப்பான முறையில் சுருதி சேர்க்கப்பட்டிருக்கும். அப்படி ஒரு நாதம் வேறு எந்த இசையமைப்பாளரிடமும் நான் கேட்டதில்லை. அவ்வளவு இதமாக இருக்கும். தபேலா 'அடியை' வைத்தே இசையமைப்பாளர் யார் என கண்டுபிடித்து விடுவோம். கே.வி.மகாதேவன் பயன் படுத்தும் தபேலாவின் தாளமும் அவரது பாடல்களை அடையாளப்படுத்துபவையாக இருக்கும். ஆயினும் ஜி.ராமனாதனின் தபேலா 'அடிக்கு' இணையில்லை என்பது தான் நமது கருத்தாகும்.

அந்த சவுண்டு இளையராஜாவின் பாடல்கள் சிலவற்றில் உண்டு. ஆனாலும் அதன் சுகமே தனி தான். நாம் ஜி.ராமநாதன் மேல் பைத்தியம் பிடித்து திரிந்த காலத்திலேயே தான்'அன்னக்கிளி' படப் பாடல்கள் என்னை உலுக்கி விட்டிருந்தன. அதைத் தொடர்ந்து பல படங்கள்... ஆனால் இளையராஜா புதியவர் என்பது தான் தெரியும். அவர் பற்றி அதிக விவரம் தெரியாது. அவரது பாடல்களில் இருந்த புதுமுறையான வாத்திய இசையால் நாம் கிறங்கடிக்கப்பட்ட நேரம் அது.

இதே காலத்தில் தான் என்னிடம் ஜி.ராமநாதன் பாடல்களில் ஈடுபாடும், அவர் பற்றிய தேடுதலிலும் ஆர்வம் பிறந்தது. இது எனது வயதுக்கு மீறியதாகவே இருந்தது. இதற்கு முக்கிய காரணம், எனது பெரிய அத்தை சகுந்தலை சுந்தரம். ஜி.ராமநாதன் பாடல்கள் பற்றிய தேடலில் எனது அத்தை சகுந்தலை சுந்தரம் (என் அப்பாவின் மூத்த சகோதரி) ஜி.ராமநாதன் பற்றி பல தகவல்களைச் சொன்னார். சினிமா, வணிக இலக்கிய இதழ்கள் வாங்கிப் படிக்கும் பழக்கம் அவர் வீட்டில் இருந்தது. பேசும் படம் என்ற சினிமா இதழும் வாங்குவார்கள். பழைய பேசும் பட இதழ்கள் பார்க்க வேண்டும் என்று சொன்ன போது எங்கள் உறவினரான கும்பியடி சுந்தரம் (சுந்தரப்பா) என்பவர் மிக பழைய காலத்து பேசும் படங்கள் இதழ்கள் எல்லாம் வைத்திருப்பதாக சொன்னார். சுந்தரப்பாவிடம் உள்ள புத்தங்களை யாரும் எளிதில் தொட முடியாது. ஆனால் என்னை அவர் வரவேற்று புத்தகங்களை பார்க்க அனுமதி தந்தார். அவரின் உருவப்படம் ஒன்றை வரைந்து கொடுத்து அவரிடம் நெருங்கினேன். அதுமட்டும் காரணமல்ல, என்பது பின்னால் தான் தெரிந்தது. அவர் பெரிய இசை ரசிகர். அவர் எனது பெரியப்பாவின் நண்பர்.

எனது பெரியப்பாவின் பெயர் கே.குழந்தைவேல். இருபது வருடங்கள் (*1943– 1964*) இலங்கை வானொலியில் வாய்பாட்டில் 'A' கிரேட் கலைஞராக இருந்தவர். இந்திய சங்கீத மேதை சாம்பமூர்த்தி அவர்களால் நடாத்தப்பட்ட தேர்வில் எடுத்த எடுப்பிலேயே 'A'கிரேட்' கலைஞராகத் தெரிவு செய்யப்பட்டவர். தனது *42* வது வயதில் காலமானவர். அவர் ஒரு பிறவிக்கலைஞர். நாதஸ்வர இசைமேதை வேதாரண்யம் வேதமூர்த்தி இவர் பாடிய வாசஸ்பதி ராகத்தை கேட்டு மிகவும் வியந்து, பாராட்டி பொன்னாடை போர்த்தினார். சுந்தரப்பா எனது பெரியப்பாவின் ரசிகன். சுந்தரப்பா வீட்டில் தான் ஜி.ராமநாதனின் புகைப்படத்தை முதன் முதலில் பார்த்தேன். அவரது வீட்டுச் சுவரில் குடும்ப படங்கள் வரிசையில் எம். கே. தியாகராஜ பாகவதர், டி. ஆர். மகாலிங்கம் போன்றோரின் படங்கள் மாட்டப்பட்டிருந்தன.

இந்நேரத்தில் ஜி.ராமனாதனின் பாடல்களை எந்த நேரமும் ஒலிக்க விட்ட ஒலிபெருக்கி உரிமையாளர்களான சதாசிவம் (Sivam Sound Service), அவரிடம் வேலை பார்த்த குணம் என்பவர், அவர்களோடு வீரசிங்கம் (Singam Sound Service), அப்புத்துரை, சில்வா, சின்னராஜா போன்ற ஒலிபெருக்கி உரிமையாளர்கள் நினைவுக்கு வருவதை தவிர்க்க முடியவில்லை.

தமிழ்த்திரை இசையின் ஜீவனாக இருந்தவர் ஜி.ராமநாதன். இவரது பாடல்கள் சுருதி சுத்தமாக இருக்கும். நமக்கு தெரிந்த ராகமாக இருந்தாலும் நமக்குத் தெரியாத சில விசயங்களையும் காட்டிவிடும் கைவண்ணம் அவரிடம் இருந்தது. பாடலின் ஆரம்பத்திலிருந்து முடிவு வரை கம்பீரம் நிலைகொண்டிருக்கும். எங்கும் தொய்ந்து விடாத வியப்பு இருக்கும். கர்நாடக இசையில் மணிக்கணக்கில் பாடி வராத உணர்வுகளை சில நிமிடப் பாடல்களில் காட்டிவிடுவார். டி.என் ராஜரத்தினம் பிள்ளையின் நாதஸ்வரம் போல கம்பீரமானது அவரது இசை. அவற்றை யாரும் ஈடு செய்ய முடியாது.

இசைஞானி இளையராஜா சொல்வார்: "உயிர் வளர்க்க நல்ல இசை தேவை. அப்படி நல்ல இசை தந்தவர் மாபெரும் இசையமைப்பாளர் ஐயா ஜி.ராமநாதன் அவர்கள்." என்று.

ஜி.ராமநாதனின் சம காலத்தவர்களான S.M.சுப்பையா நாயுடு, S.V.வெங்கட்ராமன், C.R.சுப்பராமன் போன்றோரும் இது போன்ற அற்புதமான பாடல்களைத் தந்திருக்கிறார்கள்.

S.M.சுப்பையா நாயுடு இசையமைத்த semi classical songs பாடல்கள் சில:

1. 'வந்திடுவார் அவர் என் மனம் போலே'
   (மலைக்கள்வன்-கல்யாணி ராகம்)
2. 'உன்னை அழைத்தது யாரோ' (மலைக்கள்வன்-கல்யாணி ராகம்)
3. 'கொஞ்சும் சலங்களை ஒலி கேட்டு' (கொஞ்சும் சலங்கை-கானடா ராகம்)
4. 'நீயே கதி ஈஸ்வரி'

S.M.சுப்பையா நாயுடு இசையமைத்த மெல்லிசை பாடல்கள்:

1. 'கண்ணுக்குள்ளே உன்னை பாரு' (மரகதம்)
2. 'தங்க நிலவில் கெண்டை இரண்டு' (திருமணம்)
3. 'வெண்ணிலா வானில் வரும் வேளையில் நான் விழித்திருந்தேன்' (மன்னிப்பு)
4. 'கண்ணில் வந்து மின்னல் போல்' (நாடோடி மன்னன்)
5. 'நீ எங்கே என் நினைவுகள் அங்கே' (மன்னிப்பு)

'சிங்கார வேலனே தேவா' என்கிற பாடல் தேவாரப் பாடலான மாந்திரமாவது நீறு என்ற பாடலின் மெட்டு என்றும், அது தொடர்பாக வழக்கு தொடுக்கப்பட்டதென்றும், பின் கிருபானந்தவாரியார் தலையிட்டு தீர்த்துவைத்ததாக ஆய்வாளர் வாமனன் பதிவு செய்திருக்கிறார்.

S.V. வெங்கட்ராமன் இசையமைத்த சிறந்த பாடல்கள் சில

1. 'எங்கும் நிறைந்தாயே' (மீரா)
2. 'இசை அமுதம் போல் உண்டோ' (கோடீஸ்வரன்)
3. 'ஆசைக்கனவுதான் பலிக்குமா' (கோடீஸ்வரன்)
4. 'விழி அலை மேலே செம்மீன் போலே' (மருதநாட்டு வீரன்)
5. 'சந்த்ரோதயம் இதிலே' (மங்கையர்க்கரசி)
6. 'என்ன செய்தாலும் எந்தன் துணை நீயே' (இரும்புத்திரை)
7. 'நெஞ்சில் குடியிருக்கும்' (இரும்புத்திரை)

இவர்களோடு ஆர். சுதர்சனம் என்ற இசையமைப்பாளரும் இவர்கள் காலத்தில் நல்ல பல பாடல்களைத் தந்தவர் என்பதையும் குறிப்பிட்டே ஆக வேண்டும். அவர் இசையமைத்த

பாரதிதாசனின் 'துன்பம் நேர்கையில் யாழ் எடுத்து நீ இன்பம் சேர்க்க மாட்டாயா' மிகவும் சிறப்பான பாடலாகும். மேலே குறிப்பிடப்பட்டவர்கள் இசையமைத்த ஏராளமான பாடல்கள் உள்ளன. இங்கே மிக, மிக சிலவற்றையே குறிப்பிட்டுள்ளேன். இந்தப்பாடல் தண்டபாணி தேசிகர் அமைத்துப் பாடிய மெட்டில் அமைந்தமை குறிப்பிடத்தக்கது.

நாட்டுப்புற இசையைப் பயன்படுத்தியதிலும் மேலே குறிப்பிட்ட இசையமைப்பாளர்கள், வெற்றி பெற்றார்கள். குறிப்பாக Rap என்று இன்று ஏதோ புதுமையான இசை என்று அறியப்படுகின்ற இசையை முதலில் பயன்படுத்தியவர்களும் அவர்களே. பேச்சோசை பாணியில் அமைந்த பாடல்களை இன்று ராப் என்று அழைக்கின்றனர்

தமிழ் நாட்டுப்புற இசையில் இவை நிறைந்து கிடக்கின்றன. பெரும்பாலும் பழைய திரைப்படங்களில் வந்த என்.எஸ். கிருஷ்ணனின் பாடல்கள் இந்த வகையிலேயே அமைந்திருக்கும். பேச்சோசைப் பாடல்கள் (Rap music) என்பது ஏதோ வெள்ளைக்காரன் கண்டு பிடித்தது போலவும், அதை இந்தியாவில் எ. ஆர். ரகுமான்தான் கண்டுபிடித்தார் என்பது போலவும் சிலர் பிதற்றுகிறார்கள்.

1940களிலும், 1950களிலும் வெளிவந்த தமிழ் திரைப் படங்களிலேயே பேச்சோசைப் பாடல்களை அசாத்தியமாக பயன்படுத்தியுள்ளார்கள். நாம் நம்மை வெள்ளைக்காரனாக காட்டிக் கொள்ள எத்தனையோ பிரயத்தனங்கள் செய்யலாம். ஆனால், நாம் விரும்பாவிட்டாலும் நமக்கு இனக் கூறு அடிப்படையில் நெருக்கமானவர்கள் கறுப்பின மக்களே. இசையிலும் அவ்வாறே. அடிமைகளான கறுப்பின மக்கள் கொண்டு சென்ற இசையே இன்று உலக அரங்கில் உலவும் பல் வகை இசைகளின் ஆதாரமாக உள்ளது. ராப் இசை வடிவமும் கறுப்பின மக்களினுடையதே. அதை வெள்ளைக்காரர்கள் தமதாக்க முயல்கிறார்கள்.

மேல்நாட்டு சரக்காக அல்லாமல், பேச்சோசையை தனது ஓர் அங்கமாகக் கொண்டது நமது நாட்டுப்புற இசை! அதை தமக்கு தேவையான இடங்களில் எல்லாம் இசை மேதைகள் பயன்படுத்தி வெற்றி கண்டிருக்கிறார்கள்.

தமிழ் சினிமாவில் வந்த ராப் (பேச்சோசை) பாடல்கள்:

1. 'சம்பளமே... ஆ... சம்பளமே... எலுமிச்சம்பழமே, சம்பளமே எலுமிச்சம்பழமே' (இன்பவல்லி –1949–இசை: ஜி.ராமநாதன்)

2. ‘வெளியே போயி வீட்டுக்கு வந்தா யாரையும் காணோம், ம்... எங்கே போயிட்டா?’ (வாழப்பிறந்தவள்–1953– இசை: ஜி.ராமநாதன்)

3. ‘காட்டுக்குள்ளே கண்ணி வச்சு’ (ஆர்யமாலா–1941– இசை: G.ராமநாதன்)

4. ‘கண்ணே உன்னால் நான் அடையும் கவலை கொஞ்சமா’ (அம்பிகாபதி–இசை: G.ராமநாதன்)

5. ‘காவாலிப் பயலே சும்மா கிடடா, ஆமா அம்புட்டு ஆயுப்போச்சோடா’ (சகுந்தலை–இசை: துறையூர் ராஜகோபால ஷர்மா)

6. ‘சங்கத்துப் புலவர் புலவர்’ (சக்கரவர்த்தித் திருமகள்– இசை: G.ராமநாதன்)

இந்தப் பாடலை (சங்கத்துப் புலவர்) உந்துதலாக கொண்டு பொண்ணுக்கேற்ற புருஷன் என்ற படத்தில் ‘ஜாதி மத பேதம் இன்றி சண்டை சிறு பூசலின்றி சகலரும் செல்லும் சினிமா’ என்ற பாடலை அமைத்தார் இளையராஜா. குறிப்பாக நடிகர்களின் பெயர்களை வரிசையாக ‘ஸ்டைல் மன்னன் ரஜினிகாந்து, காதல் மன்னன் கமலஹாசன், பிரபு, சத்யராஜ்’ என்று சொல்லுமிடத்தில் பேச்சோசை அழகாக விழும். இதை எல்லாம் யார் பேசினார்கள்? நமக்கு எல்லாம் அமெரிக்காவிலிருந்து தானே வரவேண்டும்!!!

இந்த பேச்சோசைப் பாடல் வகையை மிகச் சிறப்பாகப் பயன் படுத்திய இன்னுமொரு முக்கிய கலைஞர் வீணை இசை மேதை எஸ்.பாலசந்தர். ‘மாதர் மணியே வா... மனம் வீசும்மலரே வா’ (படம்: ராஜாம்பாள்–1951–இசை: எஸ்.பாலசந்தர்). இந்த பாடலில் பேச்சையும், பாட்டையும் கச்சிதமாகக் கையாண்டிருப்பார். அந்தப் பாடல், பாடுகிறார்களா அல்லது பேசுகிறார்களா என எண்ணவைக்கும் விதமாக அமைந்திருக்கும். இந்த வகை பாடல்களுக்கான உந்துதல் Maurice Chevalar என்கிற அமெரிக்க கலைஞரிடமிருந்து அவர் பெற்றதாகும். இவரது பாடல்கள் காபரே வகையைச் சேர்ந்தது.

• • •

நவீன தமிழ்த் திரையிசையின் தொடக்கப்புள்ளி
சி.ஆர்.சுப்பராமன்

மரபுரீதியான சங்கீதத்தையும், நாட்டுப்புற இசையையும் தமிழ் இசையமைப்பாளர்கள் பயன்படுத்தி வந்தாலும் மெல்லிசையை நோக்கிய பயணத்தில் வேற்று இசைகளின் கலப்பின் அவசியத்தையும் உணர்ந்தார்கள். மேற்கத்திய கலை வடிவமாக சினிமா அறிமுகமாகியதும், பின் இசைத்தட்டு கண்டுபிடிப்பின் வளர்ச்சியும், மேலைத்தேய பொழுது போக்கு இசைத்தட்டுகளின் (grammephone records) வருகையும், அந்த இசையில் அவர்கள் ஈடுபாடு காட்ட காரணங்களாக அமைந்தன. எனினும் இந்திய மரபிசையில் நல்ல தேர்ச்சி மிக்கவர்களாக இருந்த அவர்கள், இந்தியத் தன்மைக்கு தீங்கு விளைவிக்காமல் பார்த்துக் கொள்ளுவதிலும் கவனம் செலுத்தினர் என்று துணிந்து கூறத் தக்கவகையில் பாடல்களைத் தந்தார்கள்.

உலகில் சிறந்த படைப்புக்கள் எல்லாம் தமிழுக்கு வர வேண்டும் என ஆவலுற்ற பாரதி தனது பங்கிற்கு அடியெடுத்துக் கொடுத்தது போல, தாகூரின் சிறுகதைகளை மொழிபெயர்த்திருக்கிறான். ஷெல்லி என்கிற ஆங்கில கவிஞனின் படைப்புக்களால் உந்துதல் பெற்ற பாரதி, தனக்கு 'ஷெல்லிதாசன்' என்று புனைப்பெயரை சூட்டிக் கொண்டான். ஷெல்லியை அப்பட்டமாக 'கொப்பி' பண்ணியதே பாரதியின் 'குயில் பாட்டு' என கவிஞர் நா.காமராசன் கூறியிருப்பதும் நினைவுக்கு வருகிறது.

ஆங்கில இலக்கியங்களில் இருந்து தழுவல் முறையை கையாண்ட கல்கியின் எழுத்துக்களை சிறுகதை சிற்பி புதுமைப்பித்தன் ஏற்றுக் கொள்ளவில்லை. இது தொடர்பான கடுமையான கருத்து மோதல்கள் அவர்களிடையே நடைபெற்றுள்ளது. தமிழ் இலக்கியத்தில் மட்டுமல்ல, வெளிநாட்டு இலக்கியத்திலும் பரிச்சயம் பெற்றிருந்த புதுமைப்பித்தன் 'தழுவல் முறையைத் தீங்கானது என்றும் அதையிட்டுப் பெருமைப்பட முடியாது'

என்றும் கூறியிருக்கிறார். மொழி பெயர்ப்புக்களை ஊக்குவிப்பதே சிறந்தது என்று புதுமைப்பித்தன் கருதினார்.

புதுமைப்பித்தனின் சம காலத்தவரும் சிறந்த சிறுகதைகளை படைத்தவர் என வர்ணிக்கப்படும் கு. ப. ரா., புதுமைப்பித்தனின் கருத்துக்கு மாறான கருத்தைக் கொண்டிருந்தார்.

ஒரு படைப்பு அதன் மூல வடிவத்தை கலை அம்சங்களால் தாண்டுவதும், மூல வடிவத்தைச் சிதைப்பதும் கையாளும் கலைஞனின் ஆற்றலை வெளிப்படுத்தும். ஆற்றல் மிக்க கலைஞர்கள் மூல வடிவத்தின் அழகுகளைக் காட்டி அதனை புதிய தளத்திற்கு கொண்டு செல்வர். இலக்கியத்தில் இவ்விதமான சண்டைகள், சச்சரவுகள் நடைபெற்றாலும், இசைத்துறையில் மேற்கத்திய இசையின் கலப்பு இனிமை சேர்த்திருக்கிறது என்பதை நாம் அறிவோம்.

பொதுவாக மேற்கத்திய இசையை தமிழ் சினிமாவில் பயன்படுத்திய முன்னோடி சி. ஆர் சுப்பராமன் என்பார்கள். ஆயினும் அவருக்கு முன்பு மேற்கத்திய இசை ஆங்காங்கே பாடல்களில் பயன்பட்டு வந்துள்ளது. குறிப்பாக எஸ்.ராஜேஸ்வர ராவ் (1922– 1999) என்ற புகழ் பெற்ற இசையமைப்பாளர் பல்வகை இசை தெரிந்தவர் என பெயர் பெற்று விளங்கியவர். அன்று ஜெமினி நிறுவனத்தால் மிகப் பொருள் செலவில் எடுக்கப்பட்ட, பிரமாண்டமான தயாரிப்புக்களான சந்திரலேகா, மங்கம்மா சபதம், அபூர்வ சகோதரர்கள் போன்ற படங்களின் இசையமைப்பாளராக இருந்தவர்.

சந்திரலேகா படத்தில் 'ஐயோ பாகிரியாமா...' என்ற அர்த்தமற்ற சொற்களை மேலைத்தேய முறையில் பாடலாக்கியவர். அந்தப் படத்தில் வருகின்ற மேள நடனம் (Drum Dance) காட்சிக்காக ஆப்பிரிக்கத் தாளங்கள் பயன்படுத்தப்பட்டன. அதற்காக ஈரான், எகிப்து மற்றும் ஆப்பிரிக்காவிலிருந்து கலைஞர்கள் வரவழைக்கப்பட்டனர். அதற்கான இசை அமைப்பு பணியும், ஒத்திகையும் ஒரு வருடம் நடைபெற்றது.

மங்கம்மா சபதம் (1943) படத்தில் 'ஐய்யய்யோ சொல்ல வெட்கமாகுதே...' என்ற பாடலை Carmen Mirandaa என்ற hollywood இல் புகழ் பெற்ற பாடகியின் 'I like you very much...' என்ற பாடலிலிருந்து நேரடியாகப் பிரதி எடுத்திருந்தார். ஜிப்சிப் பெண் நடனக் காட்சிக்கு அமைக்கப்பட்ட பாடல் அது. இது போன்ற பாடல்கள் அன்று பரபரப்பை ஊட்டியிருக்கலாம்.

ஆனால் கால வெள்ளத்தில் அவை மறக்கடிக்கப்பட்ட பாடல்கள் ஆகி விட்டன என்பதே உண்மை. அவற்றை விட, இந்திய தன்மையாக அமைக்கப்பட்ட பாடல்கள் இன்றும் ஒலித்துக் கொண்டுதானிருக்கின்றன. கிட்டத்தட்ட அதே காலத்தில் வந்த அபூர்வ சகோதரர்கள் (1949) படத்தில் வந்த 'மானும் மயிலும் ஆடும் சோலை' என்ற பாடல் இன்றும் இலங்கை வானொலியில் நெஞ்சில் நிறைந்த பாடல்கள் நிகழ்ச்சியில் ஒலித்துக் கொண்டே இருக்கின்றது.

பின்னாளில் கடன் வாங்கிக் கல்யாணம் 1958, மிஸ்ஸியம்மா 1955, அலாவுதீனும் அற்புத விளக்கும் 1957, விக்ரமாதித்தன், பிரேமபாசம் போன்ற படங்களில் இனிமையான பாடல்களை தந்தவர் எஸ்.ராஜேஸ்வரராவ். அவற்றில்...

1. 'வாராயோ வெண்ணிலாவே' என்ற பாடல் மிகவும் புகழ் பெற்றது. (படம்: மிஸ்ஸியம்மா) இந்தப் படம் ஹிந்தியில் (Miss Mary 1957) மொழி மாற்றம் செய்யப்பட்ட போது, ஹிந்தியில் இசையமைத்தவர் இசை மேதை ஹேமந்த் குமார். எல்லாப் பாடல்களையும் மாற்றினார்கள். ஆயினும் இந்தப் பாடலை ஆதாரமாக வைத்துக் கொண்டு, தன்னுடைய வித்தைகளைக் காண்பித்திருப்பார் ஹேமந்த் குமார். வாராயோ வெண்ணிலாவே பாடலின் சாயல்கள் ஆங்காங்கே மின்னி மின்னி மறையும் அகத்தூண்டுதல் என்பதற்கு நல்ல எடுத்துக்காட்டாகும். O...Raat ke musafir re chanda என்பது அந்த பாடலின் பெயர். ஆபேரி ராகத்தில் அமைக்கப்பட்ட அருமையான பாடல்.

2. 'பிருந்தாவனமும் நந்தகுமாரனும்' (மிஸ்ஸியம்மா–1955) இந்த பாடலும் அதே படத்தில் வருகிறது. இந்த பாடல் எந்த விதமான மாற்றமும் இல்லாமல் வருகிறது. மிகச் சிறப்பாக அமைந்த பாடல். இந்தப் பாடலுக்கான அனுமதியைப் பெற்று அப்படியே வைத்தார்கள். இந்த பாடல் ஹிந்தியில் Brindavan Ke Krishna Khanya என்று ஆரம்பிக்கும். சுத்த சாவேரி ராகத்தில் அமைக்கப்பட்ட இனிமையின் உச்சத்தில் இருக்கும் காலத்தால் அழியாத பாடல்களில் ஒன்றாகும். ஹிந்தி பாடல்களை காப்பியடித்த அந்தக் காலத்தில் இங்கிருந்து அங்கு போய் நிலைபெறுவது அபூர்வமாக நிகழ்ந்ததே.

3. 'வெண்ணிலவே கொஞ்ச நேரம் நில்லு' (விக்ரமாதித்தன்)

4. 'எங்கிருந்து வீசுதோ இதமாகவே தென்றல்' (கடன் வாங்கிக் கல்யாணம்–1958)

5. 'கையும் கையும் கலந்திடவா ஜாலியாகவே' (கடன் வாங்கிக் கல்யாணம்–*1958*) போன்ற பல நல்ல பாடல்களைத் தந்தவர் எஸ்.ராஜேஸ்வரராவ்.

'மல்லிகைப்பூ ஜாதி ரோஜா' (படம்: ராஜி என் கண்மணி– *1954*). சார்லி சாப்ளின் இசையமைத்த City lights *(1931)* என்ற படத்தில் குருட்டுப் பெண் வரும் காட்சியில் (blind girl theme) பின்னணி இசையாக வரும் மெட்டைத் தழுவி இசையமைக்கப்பட்ட பாடல். 'La Violetera' என்றழைக்கப்பட்ட இந்த இசை Jose Padilla Sanchez என்பவரால் இசையமைக்கப்பட்டது. இதன் மூல வடிவம் ஸ்பெயின் நாட்டுப்புற இசையிலிருந்து கிடைத்தது. மேலைத்தேய இசையைத் தழுவிய பாடலாக அமைத்திருப்பார் இசையமைப்பாளர் எஸ்.ஹனுமந்தராவ். இந்தப் பாடலின் இனிமை நம்மை புது உலகத்திற்கு அழைத்துச் செல்வது போன்ற உணர்வை ஏற்படுத்தும் அதிசயப் பாடலாகும். இவர் இசையமைப்பாளர் எஸ்.ராஜேஸ்வரராவின் சகோதரராவார். மிகச் சில தமிழ் படங்களுக்கே இசையமைத்தவர் எஸ்.ஹனுமந்தராவ்.

சி. ஆர். சுப்பராமன் அலை

1950 களில் மேற்கத்திய ஹார்மானி இசையைப் பயன்படுத்தி தமிழ் திரை இசையைப் புதிய திசைக்குத் திருப்பிய பெருமை இசைமேதை சி. ஆர். சுப்பராமன் (*1924– 1953*) என்பவரையே சாரும். கிராம போன் (HMV) இசைக் கம்பனியில் தனது பதினாறு வயதில் ஹார்மோனியக் கலைஞராக தன் வாழ்வை ஆரம்பித்த சி. ஆர். சுப்பராமன், பின் அந்த தொடர்பால் சினிமாவுக்கு பத்தொன்பது வயதில் வந்தவர். நடிகை பானுமதியின் படங்களுக்கு இசையமைத்த போது மேலைத்தேய இசைத்தட்டுக்களை அதிகம் கேட்கும் வாய்ப்பு பெற்று அதில் ஈடுபாடு காட்டியவர். மேற்கத்திய இசையை படைப்பாற்றலுடன் பயன்படுத்திய முன்னோடி அவர் தான். குறிப்பாக லத்தீன் அமெரிக்க இசை தான் அவரது முக்கிய அகத்தூண்டுதல் ஆகும். அவரது வழித்தடத்தை பின் பற்றியே விஸ்வநாதன் ராமமூர்த்தி, டி. ஜி.லிங்கப்பா, டி. ஆர். பாப்பா, கண்டசாலா, எஸ்.தட்சிணாமூர்த்தி, கோவர்த்தனம் போன்றவர்கள் மெல்லிசையில் புதுப் பரிமாணங்களைக் காட்டினார்கள்.

சி. ஆர். சுப்பராமன் இசையமைத்த 'எனதுயிர் எயிப்துப்...' (நல்லதம்பி), 'பிரேமைதான் தான் பொல்லாதா...' (படம்: லைலா மஜ்னு– *1949*) என்று ஆரம்பிக்கும் இரண்டு பாடல்களும் ஹாம்லெட் (Hamlet 1948) படத்தில் வரும் ஒரு பாடலின்

சாயல்களைக் கொண்டிருக்கும். லத்தீன் அமெரிக்க இசையின் தாள லயமும், பின்னணி இசையும் இந்த பாடலை அழகாக, மென்மையாக நகர்த்திச் செல்லும். லத்தீன் அமெரிக்க இசையால் வசீகரிக்கப்படவர் சி. ஆர். சுப்பராமன். தனக்குக் கிடைத்த வாய்ப்புகளில் அதைப் பயன்படுத்தியும் கொண்டார். நவீன திரையிசையின் தொடக்கப்புள்ளி சி. ஆர் சுப்பராமனிலிருந்தே ஆரம்பமாகியது எனலாம். செவ்வியல் இசையிலும் பாண்டித்தியம் பெற்றவராகவும் தன்னை நிலைபடுத்திக் கொண்டே நவீனங்களை வீசியவர் இசைமேதை சி.ஆர். சுப்பராமன்.

ராஜமுக்தி (1948)

நல்லதம்பி (1949)

கன்னியின் காதலி (1949)

வேலைக்காரி (1949)

லைலா மஜ்னு (1950)

மர்மயோகி (1950)

மணமகன் (1951)

காதல் (1952)

ராணி (1952)

தேவதாஸ் (1953–அவரது கடைசிப் படம்)

போன்ற படங்களுக்கு இசையமைத்து புகழ் பெற்றார் சுப்பராமன். காதல், ராணி, தர்மதேவதா, தேவதாஸ், லைலா மஜ்னு போன்ற படங்களில் மனதை மயிலிறகால் வருடும் பல இனிய பாடல்களை அவர் தந்திருக்கிறார்.

இவை மட்டுமல்ல, நாட்டுப்புற இசையில் இவர் இசையமைத்த பாடல்களும் மிகச் சிறப்பானவை என்பதற்கு என்.எஸ்.கிருஷ்ணன் நடித்த 'நல்லதம்பி' படத்தில் வரும்

'நாட்டுக்கு சேவை செய்ய நாகரீக கோமாளி வந்தேனய்யா' என்ற பாடல் சிறந்த எடுத்துக்காட்டாகும்.

ராஜமுக்தி (1948) எம். கே. தியாகராஜபாகவதர் நடித்த படத்தில் எம். எல். வசந்தகுமாரியை அறிமுகம் செய்தார். இந்தப் படத்தில்

1. 'என்ன ஆனந்தம்' – ராகமாலிகை

2. 'மனம் நினைந்து ஏங்கினேன்' – காம்போதி ராகம்

3. 'உன்னையல்லால் ஒரு' – சாருமதி ராகம்

போன்ற கர்நாடக இசையிலமைத்த பாடல்களைத் தந்தார்.

'ஆகா இவர் யாரடி' (படம்: மோகினி–1948) என்ற மிகச் சிறந்த ராகமாலிகைப் பாடலை இசையமைத்தார். அந்த பாடலின் ராக அமைப்பை ரசித்த ஜி.ராமநாதன் அவர் வீடு சென்று பாராட்டினார் என்பார்கள். அவர் குறித்து எழுத்தாளர் கி. ராஜநாராயணன் தன்னிடம் கூறியதாக இளையராஜா சொல்கிறார்.

'அப்படிப்பட்ட கம்போசருக்கு மனசிலே ஒரு குறை இருந்தது தன்னை ஒரு இசை தெரிந்தவனாக இசையுலகத்தில் இருக்கக் கூடியவர்கள் மதிக்கவில்லை' என்ற ஆதங்கம் இருந்தது. இதை எப்படி வெளிப்படுத்துவது என்று உள்ளுக்குள்ளேயே வருந்திக் கொண்டிருந்தார். இதை எப்படியோ அறிந்து கொண்ட கலைவாணர் என்.எஸ் கிருஷ்ணன் அவர்கள், அவருக்குள்ளே இருக்கக் கூடிய புலமையை வெளிப்படுத்த வேண்டும் என்ற நோக்கத்திற்காக ஒரு படத்தைத் தயாரித்தார். அந்தப் படத்தின் பெயர் மணமகள் என்பதாகும். அதில் வரக்கூடிய எல்லாப் பாடல்களும் கர்நாடக சங்கீதத்தை வைத்து எழுப்பப்பட்ட பாடல்கள்.

1. 'பாவியினும் படு பாவி'
2. 'எல்லாம் இன்ப மாயம்'
3. 'சின்னஞ் சிறு கிளியே கண்ணம்மா'

இந்த 'சின்னஞ் சிறு கிளியே கண்ணம்மா' என்ற பாடல் பாடாத கர்நாடக கச்சேரிகளே கிடையாது என்று கி. ராஜநாராயணன் அவர்கள் குறிப்பிட்டு சொன்னார்கள்.

'பாரதி எவ்வளவோ பாட்டு எழுதியிருக்கிறாரு, ஆனா இந்த சின்னஞ் சிறு கிளியே கண்ணம்மா என்ற பாடல் எப்படி மக்களிடத்தே போய்ச்சேர்ந்தது என்று சொன்னால் அதற்குக் காரணம் அந்த வர்ண மெட்டுதான். அதைக் கொண்டு சேர்த்ததுʼ– இளையராஜா

தமிழ் திரை இசையுலகின் மெல்லிசைப் பாங்கான பாடல்களின் முன்னோடிகளில் மிக முக்கியமானவர் அவர்தான். லைலா மஜ்னு படத்திலும் சிறந்த மெல்லிசைப் பாடல்களைத் தந்தார்.

1. 'எனது உயிர் உருகும் நிலை சொல்லுவாய் வான் மதி'–
2. 'உன்னை பார்க்க போகின்றேனோ'

3. ‘வாராயோ எனை மறந்தனையோ’

டிசம்பர், 2011 ஆம் ஆண்டு நடைபெற்ற இசைஞானி இளையராஜாவின் இசை நிகழ்ச்சியில் இந்த பாடலை (வாராயோ எனை மறந்தனையோ) பற்றியும், அதில் எப்படி வெஸ்டர்ன் ஹார்மனி இசையை சி. ஆர். சுப்பராமன் பயன்படுத்தியுள்ளார் என்பதையும் இசைத்துக் காட்டி அவரைப் பெருமைப்படுத்தினார்(8).

தமிழ் ராகமான கீரவாணி கனமான ராகங்களில் ஒன்று. மேற்கத்திய இசையிலும் பயன்படக்கூடிய ராகம். குறிப்பாக கிரீஸ், இத்தாலி, கிரேட்டா போன்ற மத்தியதரைக் கடல் நாடுகளில் சாதாரணமாக ஒலிக்கின்ற ராகம். கிழக்கையும், மேற்கையும் இணைக்கின்ற தன்மையினை கொண்ட கீரவாணி ராகத்தை மெல்லிசையில் அமர்த்திக் காட்டிய முன்னோடி சி. ஆர். சுப்பராமன்.

இந்த ராகத்தின் சிறப்புகளில் ஒன்று வேகம். வேகத்தை வெளிப்படுத்த ஏதுவான ராகம்.

அந்த வேகத்தை ‘ மனதுக்கிசைந்த ராஜா...’ (மர்மயோகி 1950) என்ற பாடலில், மகிழ்ச்சியை, உல்லாசத்தை வெளிப்படுத்துவதாக அமைத்திருப்பார்.’ ஓரிடம் தனிலே ‘ (படம்: வேலைக்காரி) என்ற பாடலிலும் மிகப் புதிய கோணத்தில் இசையமைத்திருப்பார். பின்னாளில் இந்த இசையின் நுட்பங்களை எல்லாம் இளையராஜா சத்தம் போடாமல் செய்து காட்டுகிறார்.

‘போவோமா ஊர் கோலம் பூலோகம் எங்கெங்கும்’ என்ற பாடலில் இந்த வேகம் காண்பிக்கப்படுகிறது. கீரவாணி ராகத்தில் ‘பூவே செம்பூவே உன் வாசம் வரும்’ என்கிற பாடலில் இளையராஜா மேற்கத்திய ஹிந்துஸ்தானி, கர்நாடக இசைகளை இணைத்து கலப்பிசைக்கு எடுத்துக்காட்டான பாடலைத் தந்து தன்னை ஒரு மேதை என நிரூபிக்கின்றார். கீரவாணி ராகத்தில் நூற்றுக்கணக்கான பாடல்களை, வித விதமான பாடல்களைத் தந்த பெருமை இளையராஜாவையே சேரும்.

ஒன்றுக்கு மேற்பட்ட இசையமைப்பாளர்களும் ஒரு படத்தில் பணியாற்றிய காலத்தில் ஜி.ராமநாதனுடனும், எஸ்.எம். சுப்பையா நாயுடு, எஸ்.வீ.வெங்கட்ராமன் உடனும் சேர்ந்து பணியாற்றியவர் சி. ஆர். சுப்பராமன். சில படங்களில் யார் எந்தப் பாடலை இசையமைத்தார்கள் என்பதை அறிய முடியாத நிலை இருக்கிறது. கதாபாத்திரங்களின் உள்ளத்தில் பொங்கும் உணர்வுகளை தனது

பாடல்களில் வடித்துத் தந்திருக்கிறார். அதில், புத்துணர்ச்சியையும், வேகத்தையும், ஆனந்தக் களிப்பையும் அந்த ராகங்களின் எல்லைகளை மீறாமல் மேலைத்தேய இசையின் கலப்பு என்றாலும், அது நமது பாரம்பரிய இசையுடன் இசைவாக்கிய அற்புதங்களை பரிசோதனைகளாக செய்து பார்த்தவர் இவர். இந்த வகையில் மர்மயோகி படத்தில் 'மனசுக்கிசைந்த ராஜா என்னை மயக்கும் முக விலாசா' என்ற பாடலில் காதலின் வேகமும், களிப்பும், ஆனந்தமும், இன்பத்தை அனுபவிக்கத் துடிக்கின்ற உணர்வையும், வெளிப்படுத்தும் பாடலாக, ஒரு நூதனமான, அபூர்வமான பாடலாக அமைத்தார்.

மெட்டுக்குப் பாட்டா? இல்லை பாட்டுக்கு மெட்டா? என்பதை இந்தப் பாடலில் சொல்ல முடியாத அளவு இரண்டும் ஒன்றிப் போய் இருக்கும். பாடலைக் கவனியுங்கள், சந்தத்தில் உருண்டும் வழுக்கியும் ஓடும் சொற் கட்டமைப்பு, மெட்டுக்குள் அடங்குமா? சந்தத்தை வாசித்துப் பாருங்கள், மிக மிக வேகமாகப் பாடப்படும் பாடல் இது. இந்த வேகத்தில் அன்றைய நாளில் பாடல்கள் வெளிவரவில்லை என்று அடித்துச் சொல்லலாம்.

அதே படத்தில் இன்னுமொரு இனிய பாடாலான 'இன்பம் இதுவே இன்பம்' மெல்லிசையின் சிகரம் எனத் துணிந்து கூறலாம். தென்றலின் இதமும், நிலவின் குளுமையும், காதலின் களிப்பும், பரவசமும் பொங்கி பிரவகிக்கும் பாடலாக இந்த பாடல் அமைக்கப்பட்டுள்ளது.

அவர் இசையமைத்த சில பாடல்களில், நௌசாட் அலி மற்றும் எஸ்.டி.பர்மன் போன்ற ஹிந்தி திரைப்பட இசை மேதைகளின் தாக்கமும் உண்டு. 1950 கலீல் வெளிவந்த லைலா மஜ்னு படத்தில் சுப்பராமன் இசையமைத்த 'எனது உயிர் உருகும் நிலை சொல்லுவாய் வான் மதி' (பாடியவர்கள்: கண்டசாலா –பானுமதி) என்ற சாகா வரமிக்க பாடலில் நௌசாட் அலி இசையமைத்த Anmol Ghadi படத்தில் இடம் பெற்ற 'Awaz De Kahan Hai' என்று ஆரம்பமாகும் பாடலின் தெறிபுக்களைத் துல்லியமாகக் கேட்கலாம். இசையில் நல்ல அஸ்திவாரமும், புதுமையில் நாட்டமும், ஆர்வமும் பெருகியிருந்தமையால் அவரால் காலத்தை வெல்லும் பாடல்களைக் கொடுக்க முடிந்தது. 'அவர் ஒரு Creative genius' என்பார் பானுமதி.

லத்தீன் அமெரிக்க இசையின் தாக்கத்தில் வெளிவந்த பாடல்கள் சில. குறிப்பாக லத்தீன் அமெரிக்கத் தாளம் குறிப்பிடத்தக்க அம்சமாகும். அதற்குச் சான்றாக இருக்கின்றன.

1. 'இனி என்றும் இன்பம் தான்' (படம்: ராணி–1951)
2. 'என் வாழ்வில் இன்பம் நீயே' (படம்: தர்மதேவதா)
3. 'சும்மா சும்மா சும்மா சும்மா' (படம்: தர்மதேவதா–1952)
4. 'பாடுவேன் பாருங்கோ தில்லானா' (படம்: தர்மதேவதா–1952)

மேலைத்தேய இசையை படைப்பாற்றலுடன் படைத்தவர் சி.ஆர். சுப்பராமன்.

காதல், தேவதாஸ் போன்ற படங்களில் அவர் தந்த சாகா வரம் பெற்ற பாடல்கள் பின்னால் வந்த பல இசையமைப்பாளர்களுக்கு மிக பெரிய உந்துதலாக இருநதன. குறிப்பாக 'ஓ... ஓ. ஓ... தேவதாஸ்' என்ற சுப்பராமனின் பாடல், பின் வந்த பல பாடல்களுக்கு உந்துதலாக இருந்தது. இந்த ஒரு பாடலை அகத்தூண்டுதாலாகக் கொண்டு வெளி வந்த பாடல்கள் சிலவற்றைத் தருகிறேன்.

1. 'தேன் உண்ணும் வண்டு மாமலரைக் கண்டு' (அமரதீபம் –1955–இசை: T சலபதிராவ்)
2. 'கண் மூடும் வேளையிலும் கலை என்ன கலையே' (மகாதேவி–1957–இசை: விஸ்வநாதன் ராமமூர்த்தி)
3. 'அடி வான்மதி' (சிவா–இசை: இளையராஜா)
4. 'ஓ... ஓ பார்ட்டி நல்ல பார்ட்டி தான்' (இதயம்–1991–இசை: இளையராஜா)
5. 'பாரிஜாதப் பூவே அந்த தேவ லோக தேனே' (என் ராசாவின் மனசிலே–1991–இசை: இளையராஜா)
6. தென்மாங்கு தேனே குற்றால குளிரே என் மீது ஏன் கோபமோ (1994) இசை: தேவா
7. 'உனது விழியில் நானே' (காதல் சாட்சியாக–1994–இசை: காண்டீபன்)

சி. ஆர். சுப்பராமனின் 'ஓ... ஓ. ஓ... தேவதாஸ்' என்ற பாடலை ஆதாரமாக வைத்துக்கொண்டே பின் வந்த பாடல்களை எல்லாம் ஒரு மாலையாக தொடர்ந்து பாடிக் கொண்டே இருக்கலாம். இந்தப் பாடல்கள் எல்லாம் அகத்தூண்டுதலால் பிறந்தவை என்பதற்கு மிகச் சிறந்த உதாரணங்களாகும். இவை எல்லாம் நான் பாடிப் பார்த்ததில் கிடைத்தவை. இவை எல்லாம் நாம் இளையராஜாவின் பாடல்கள் மூலம் கேட்டு பெற்ற அனுபவங்களின் விளைவே.

இசை பற்றிய ஓர் விழிப்புணர்வு இளையராஜாவின் வருகைக்கு பின்னர்தான் வந்தது என்பது எனது கருத்தாகும்.

இந்த விழிப்புணர்வின் உந்துதல், எனது நண்பர்களுடன் பாடல் பற்றி பேசும் போது, ஒரு ராகத்தில் அமைந்த வெவ்வேறு விதமான பாடல்கள் பற்றிப் பேச(விவாதிக்க) வைத்தது. ஒரே ராகமாக இருந்தாலும் வெவ்வேறு சுருதியில், தாளத்தில், வெவ்வேறு உணர்வுகளில் பாடப்பட்டாலும் அதில் ஊடுபாவமாக விளங்கும் ராகத்தின் உருவகத்தை எவ்வாறெல்லாம் இசையமைப்பாளர்கள் தங்கள் ஆற்றலால் பல வடிவங்களில், இழைத்து, இழைத்து ராகங்களைத் தூக்கி நிறுத்தியிருக்கிறார்கள் என்று வியந்திருக்கிறோம். இனிமையில் உட்புதைந்த இன்பமாய் விளங்கும் பாடல்களுக்கிடையே பொருந்தக் கூடிய சங்கதிகளால் பாடல்களை இணைத்து மாலையாக பாடிக் கொண்டே இருக்கலாம் என்பதை அறிந்திருந்தோம்.

1986இல் டென்மார்க்கில் நண்பன் தேவனும், நானும் இசை பற்றி நிறையவே பேசியது நினைவுக்கு வருகிறது. இதற்கு ஆதாரமாக விளங்கியது இலங்கை வானொலியில், அன்று ஒளிபரப்பான 'திரை தந்த இசை' நிகழ்ச்சிதான் என்று அடித்துக் கூறுவேன். அந்த நிகழ்ச்சியில் தமிழ்த் திரை இசையில் ராகங்களில் அமைந்த பாடல்களின் ராகங்களைச் சொல்வார்கள். அதைத் தொடக்கி வைத்தவர் திரு எஸ்.கே. பரராஜசிங்கம் என்ற இசை நிகழ்ச்சி தயாரிப்பாளர். இவரது இந்த நிகழ்ச்சி தந்த உந்துதல் தமிழ் நாட்டுத் தொலைக் காட்சிகளில் உருவான 'சப்தஸ்வரங்கள்' (சன் டிவி), 'ராக மாலிகா' (ஜெயா டிவி) போன்ற இசை நிகழ்ச்சிகளுக்கு ஆதாரமாக அமைந்தது எனலாம். இசைத் தேடல் மிக்க திரு எஸ்.கே. பரராஜசிங்கம் தொடக்கி வைத்த அந்த நிகழ்ச்சி இசை ரசனையை வளர்ப்பதாக இருந்தது. இந்த இசை ரசனையைச் சரியான திசையில் அவருக்குப் பின் வந்தவர்கள் அதனை வளர்க்கத் தவறியது வருந்தத் தக்கதாகும். இசை ஞானமில்லாத தயாரிப்பாளர்கள் / அறிவிப்பாளர்கள் தங்கள் மனம் போன போக்கில் பாடல்களின் ராகங்களைத் தவறாக கூறி வருவது மனம் வருந்தத்தக்கதாக உள்ளது. இசை ரசனை என்பதை பாட்டுக்குப் பாட்டாகச் சுருக்கியதும் வருந்தத் தக்கது.

தமிழ்ச் சூழலில் இசை நன்றாக ரசிக்கப்பட்டாலும், இசை பற்றிய சூட்சுமங்கள் பேசாப்பொருளாக இருந்த நிலையில், இசையில் புதுக் கிளர்ச்சியை உண்டாக்கிய இளையராஜாவே அதை பற்றி பேசவும் நேர்ந்தது.

தனது இசை ஆர்வத்தையும், துடிப்பையும் ‘என் கனவும் நினைவும் இசையே’ என்று கூறுபவர் இளையராஜா. அது தற்செயலானதும் அல்ல. அவர் குருவுக்கு ஏற்ற சீடன்! இளையராஜாவின் அவரது மானசீகக் குரு–அவரது அபிமான கம்போசர்–ஜெர்மன் நாட்டைச் சேர்ந்த சிம்பொனி இசை மேதை ‘பாக்’ என்று சுருக்கமாக அழைக்கப்பட்ட Johann sebastian bach (1685–1750)என்பவராவார்.

இவர் (பாக்) தனக்கு முன்பிருந்த இசையமைப்பாளர்களின் இசைக் குறிப்புக்களை மிகவும் ஆர்வத்தோடு பல சிரமங்களுக்கு மத்தியிலும், பல நாட்கள் கஷ்டப்பட்டுப் பிரதி எடுத்தது மட்டுமல்ல, அவற்றை அதீத ஈடுபாட்டுடன் ஆராய்ச்சி செய்து, அவற்றை மையமாக வைத்துக் கொண்டு தனது படைப்புக்களை பரிசோதனை செய்துமிருக்கிறார். இசையில் நேர்த்தியை இதன் மூலமே அவர் வந்தடைந்தார் என்பார்கள். இதன் மூலம் அவருக்கு, அவர் காலத்திற்கு முந்தைய இசையமைப்பாளர்களின் படைப்புக்கள் எல்லாம் அத்துப்படியாக இருந்தன. உலகின் தலை சிறந்த இசைமேதைகள் பலரும் இவரின் நுட்பமான இசைக் கோர்வைகளையும், அதன் நுணுக்கங்களையும் வியப்புடன் பாராட்டுகின்றனர்.

பிரான்ஸ் நாட்டைச் சேர்ந்த பால்மாரியா (paul mauriat, 1925–2006) என்ற இசையமைப்பாளர் சிம்போனி இசையை அடிப்படையாக வைத்துக் கொண்டு வாத்திய இசையில் (Orchestration) புதுமைகள் செய்தவர். இளையராஜா இவரது இசையால் கவரப்பட்டவர். அந்த உந்துதலால் பாரிசில் பால்மாரியாவைச் சந்தித்து உரையாடியபோது தனக்குப் பிடித்தமான ‘பாக்’ பற்றி பால்மரியா பின்வருமாறு கூறினார்.

‘You see! இப்போது அவர் (பாக்) கம்போஸ் செய்த toccata in ‘d’ minor ஐ நான் Orchestration பண்ணிக் கொண்டிருக்கிறேன். i can’t change even a single note!’ பாகின் இசையில் ஒரு சுரத்தையும் மாற்ற முடியாது, அவ்வளவு நேர்த்தியானவை அவருடைய இசைக்குறிப்புக்கள்’

இதை இளையராஜா தனது ‘சங்கீதக் கனவுகள்’ நூலில் பதிவு செய்திருக்கிறார். இது போன்ற சிறப்புகளாலேயே அவர் (Johann sebastian bach) காலம் பல கடந்தும் ‘இசைமேதை’ எனப் போற்றப்படுகிறார். தமிழ்ச் சூழலில் இசைஞானி இளையராஜா செய்ததும் பாக் போலவே, தனக்கு முந்தைய இந்திய இசையமைப்பாளர்களின் படைப்புக்களை நன்கு

அறிந்து வைத்திருந்தும், பரிசோதனைகளாகப் பாடல்களை நன்கு பரீட்சித்தும் பார்த்திருந்ததாலேயே அவரால் பாடல்களை அனாயாசமாக, விதவிதமான முறைகளில் (Patterns) தரக்கூடியதாக இருந்தது.

ஆச்சரியமிக்க புதுத்தடங்களை வகுத்த சி. ஆர். சுப்பராமன் தனது 28ஆவது வயதில் (1953இல்) இறந்து விடுகிறார். அவர் சினிமாவில் எட்டு ஆண்டுகளே இருந்தார். இது நல்ல இசை ரசிகர்களுக்கு ஈடு செய்ய முடியாத இழப்பாகும். ஆனாலும் அவர் காட்டிய வழியில் அவரிடம் உதவியாளர்களாக விளங்கிய விஸ்வநாதன்– ராமமூர்த்தி, டி. ஆர். பாப்பா, டி. ஜி.லிங்கப்பா மற்றும் கண்டசாலா, ஏ. எம். ராஜா, எஸ்.தட்சிணாமூர்த்தி, ஜி.கே. வெங்கடேஷ், கோவர்த்தனம் போன்றோர் 1960 களில் ஆச்சரியமிக்க இனிமையான பாடல்களைத் தந்தார்கள். இந்த காலப்பகுதியில் எழுந்த இசையிலே பல வகையான இசைகளின் தாக்கம் ஏராளமாக நடைபெற்றுள்ளது.

● ● ●

விஸ்வநாதன் ராமமூர்த்தி வருகை-மெல்லிசைப் பாங்கான இசையை உள்ளீடு செய்தது

ஜி.ராமநாதன், எஸ்.எம். சுப்பையா நாயுடு, எஸ்.வி.வெங்கட்ராமன் போன்ற மூத்த தலைமுறை இசையமைப்பாளர்கள் 1950 களின் இறுதி வரை கர்நாடக இசையை ஆதாரமாகக் கொண்டு, ராகங்களை அடிப்படையாகக் கொண்ட, ராகங்கள் வெளிப்படையாகத் தெரிகின்ற பாடல்களைத் தந்தார்கள்.

எனினும் 1950களிலேயே மெல்லிசைகளின் ஒளிக்கீற்று அங்கொன்றும் இங்கொன்றுமாகத் தெரிய ஆரம்பித்தது. சுப்பராமன் இசை வாரிசுகளாக விஸ்வநாதன் ராமமூர்த்தி அந்த திசையில் பயணித்த முக்கியமானவர்களாக இருந்தனர். பணம் (1953) படத்தின் மூலம் அவர்கள் அறிமுகமாகினாலும் சில வருடங்களின் பின்னர்தான் அவர்கள் பிரபலமாகிறார்கள்.

1. 'கண் மூடும் வேளையிலும் கலை என்ன கலையே' (படம்: மகாதேவி-1957)
2. 'துள்ளித் துள்ளி அலைகள் எல்லாம் என்ன சொல்லுது' (படம்: தலை கொடுத்தான் தம்பி-1957)
3. 'தென்றல் உறங்கிய போதும் திங்கள் உறங்கிய போதும்' (படம்: பெற்ற மகனை விற்ற அன்னை-1958)
4. 'வீடு நோக்கி ஓடுகின்ற நம்மையே' (படம்: பதிபக்தி-1959)
5. 'கனிந்த காதல் இன்பம் என்றானே' (படம்: ராஜாமலையசிம்மன் (1959)
6. 'விண்ணோடும் முகிலோடும் விளையாடும் வெண்ணிலவே' (படம்: புதையல்)
7. 'நானன்றி யார் வருவார்' (படம்: மாலையிட்ட மங்கை-1959)
8. 'சின்னஞ் சிறு கண் மலர் செம்பவழ வாய் மலர்' (படம்: பதிபக்தி-1959)

போன்ற நல்ல பாடல்களை மெல்லிசை மன்னர்கள் தந்த நேரத்தில், மூத்த இசையமைப்பாளர்கள் பல வெற்றிப் படங்களுக்கு இசையமைத்துக் கொண்டிருந்தார்கள். அவர்களுடன் போட்டி போடவும் நேர்ந்தது. எம். ஜி.ஆர், சிவாஜி போன்ற பெரிய நட்சத்திரங்களின் படங்களுக்கு மூத்த இசையமைப்பாளர்கள் இசையமைத்துக் கொண்டிருந்தார்கள். இளையராஜா போல எடுத்த எடுப்பிலேயே அவர்களால் புகழ் பெற முடியவில்லை. அதற்காக அவர்கள் நிறையப் பாடுபட வேண்டியிருந்தது. கீழே உள்ள படங்களின் பட்டியலைக் கவனித்தால், அவர்கள் அந்தக் காலகட்ட ஜாம்பவான்களாக விளங்கிய இசையமைப்பாளர்களுடன் போட்டி போட்ட நிலையைப் புரிந்து கொள்ளலாம்.

1. மிஸ்ஸியம்மா (1955) எஸ்.ராஜேஸ்வர ராவ்
2. கோடீஸ்வரன் (1955) எஸ்.வீ.வெங்கட்ராமன்
3. கோமதியின் காதலன் (1955) ஜி.ராமநாதன்
4. நல்ல தங்காள் (1955) ஜி.ராமநாதன்
5. அமரதீபம் (1956) டி. சலபதி ராவ்
6. சதாரம் (1956) ஜி.ராமநாதன்
7. கோகிலவாணி (1958) ஜி.ராமநாதன்
8. நான் பெற்ற செல்வம் (1958) ஜி.ராமநாதன்
9. தாய்க்குப் பின் தாரம் (1956) கே.வி.மகாதேவன்
10. இரும்புத்திரை (1958) எஸ்.வி.வெங்கட்ராமன்
11. ரம்பையின் காதல் (1956) டி. ஆர். பாப்பா
12. மதுரை வீரன் (1956) ஜி.ராமநாதன்
13. காத்தவராயன் (1957) ஜி.ராமநாதன்
14. அம்பிகாபதி (1957) ஜி.ராமநாதன்
15. சமயசஞ்சீவி (1957) ஜி.ராமநாதன்
16. சக்கரவர்த்தித் திருமகள் (1957) ஜி.ராமநாதன்
17. நீல மலை திருடன் (1957) கே.வி.மகாதேவன்
18. மக்களைப் பெற்ற மகராசி (1957) கே.வி.மகாதேவன்
19. உத்தமபுத்திரன் (1958) ஜி.ராமநாதன்

20. தங்க மலை ரகசியம் (1957) டி. ஜி.லிங்கப்பா
21. கடன் வாங்கிக் கல்யாணம் (1958) S. ராஜேஸ்வர ராவ்
22. சபாஸ் மீனா (1958) டி. ஜி.லிங்கப்பா
23. சாரங்கதாரா (1958) ஜி.ராமநாதன்
24. சக்கரவர்த்தித் திருமகள் (1958) ஜி.ராமநாதன்

இவர்களுடன் மிக முக்கியமாக திரை இசைத்திலகம் கே. வி. மகாதேவனும் சமதையாக இசையமைத்துக் கொண்டிருந்தார் என்பது குறிப்பிடத்தக்கது. எம். ஜி.ஆர், சிவாஜி இணைந்து நடித்த ஒரே படமான கூண்டுக்கிளி என்ற படத்திற்கு இசையமைத்தவர் கே.வி.மகாதேவன்.

பொதுவாக அன்றைய இசையமைப்பாளர்களின் பாடல்கள் ஒன்றுக்கொன்று போட்டி போட்டுக் கொண்டிருந்தன. எல்லோரும் அருமையான, 'நல்ல பாடல்களை மட்டும் தருவோம்' என்று சபதம் செய்தது போல் பாடல்களைத் தந்து கொண்டிருந்தார்கள். இதனை மெல்லிசை மன்னர் எம்.எஸ்.விஸ்வநாதன் அழகாக சொல்வார் 'வீணான பாட்டே கிடையாது' என்று.

மகாதேவி (1957) படத்தில் மெல்லிசை மன்னர்கள் இசையமைத்த பாடல்கள் மிகச் சிறப்பானவை. உணர்ச்சிக்கு முதலிடம் கொடுக்கும் அற்புதமான பாடல்களைத் தந்தார்கள். இத்தோடு பின்வருவனவற்றையும் நோக்கலாம்.

1. 'சிங்கார புன்னகை கண்ணார கண்டாலே'

இந்தப் பாடல் மூலம் தமிழ் திரை இசையில் தாலாட்டு பாடல் அமைப்பில் ஒரு புதிய போக்கு ஏற்படுத்தியது என்றும் தாலாட்டுப் பாடல் என்றால் அந்த பாடல் அமைக்கப்பட்ட ராகத்தில் (ஆபேரி ராகம்) தான் அமைய வேண்டும் என்ற போக்கும் பின்னாளில் அதன் விளைவால் ஏற்பட்டது என்பார் 'மெல்லிசை மன்னர்' எம்.எஸ்.விஸ்வநாதன். ஆனாலும் 1954 இல் வெளிவந்த இல்லற ஜோதி என்ற படத்தில் இசைமேதை ஜி.ராமநாதன், 'கண்ணல்ல தூங்கம்மா செல்லகண்ணல்ல தூங்கம்மா' என்ற பாடலை ஆபேரி ராகத்தில் அமைத்து ஒரு முன் மாதிரியாக திகழ்ந்தார். இதைப் போலவே (பராசக்தி-1952) படத்தில் வரும் 'கொஞ்சு மொழி பைங்கிளியே' என்ற பாடலை தேஷ் ராகத்தில் ஆர். சுதர்சனம் இசையமைத்திருந்தார். தமிழ்ச் செவ்வியல் இசையில் (கர்நாடக இசை) தாலாட்டு பாடல்கள் என்றால் இன்ன இன்ன ராகங்ககளில் தான் இருக்க வேண்டும் (குறிப்பாக நீலாம்பரி, குறிஞ்சி, ஆனந்த

பைரவி போன்ற ராகங்களில்) என்கிற நியதிகளை அன்றே மீறி இருக்கிறார்கள். அந்த ராகங்களில் சில ஒலி அதிர்வுகள் இருப்பது உண்மையாக இருக்கலாம். ஆனாலும் அவற்றை எல்லாம் மீறி ஆபேரி போன்ற ராகங்களிலும் தாலாட்டு பாடல்களைத் தரலாம் என்பதை சினிமா இசையமைப்பாளர்கள் செய்து காட்டினார்கள்.

2. 'மானம் ஒன்றே பெரிதெனக் கொண்டு'

இந்த பாடல் உணர்ச்சி வெளிப்பாட்டில் மிகச் சிறப்பாக அமைக்கப்பட்ட பாடல். கதையோட்டத்திற்கு பொருத்தமாக மனதை உருக வைக்கும் ராகங்களில் (பைரவி, ஹிந்தோளம், ஆபேரி) அமைத்து மக்களை இசையால் கட்டி போட்டார்கள். இந்தப் பாடல் காட்சியில் நடிகை சாவித்திரியின் முக பாவங்கள் மிக அற்புதமாக இருக்கும். இசை நாடகங்களுக்குப் பயன்படத் தக்க வகையில் மிகச் சிறப்பாக இசையமைக்கப்பட்ட பாடல் இதுவாகும். இந்த வகை இசைப் பாணியை நாடகங்களில் பயன்படுத்தி நாம் பயனடையலாம்.

இது போலவே இசை மேதை ஜி.ராமநாதன் கற்புக்கரசி, காத்தவராயன் போன்ற படங்களில், பாடல்களிலேயே கதை சொல்லும் முறையைக் கையாண்டு ஒரு சிறந்த முன்னோடியாக விளங்கினார்.

இந்த இசையின் உன்னதங்களை, வெற்றிகளை எல்லாம் நடிகர்களும், அவர்களைச் சார்ந்த அரசியல் இயக்கங்களும் (தி.மு.க) தங்கள் உயர்வுக்கு பயன்படுத்தினார்கள். உண்மையில் இந்த வெற்றிகள் எல்லாம் இசையமைப்பாளர்கள் பெற்றிருக்க வேண்டியவையே! எத்தனையோ நூற்றுக்கணக்கான இனிமையான பழைய பாடல்களை ரசிக்கும் நாம், அந்தப் பாடல்கள் இடம் பெற்ற காட்சிகளை மிகுந்த சகிப்பு தன்மையுடன் தான் இன்றும் பார்க்க வேண்டிய நிலை உள்ளது. சில படங்களைப் பார்க்கும் போது கொடிய தண்டனை அனுபவிப்பது போலிருக்கும்! ஆனாலும் பாடல்களாலேயே அந்த படங்கள் ஞாபகப்படுத்தப்பட்டு வருகின்றன. ஆனால் அந்த பாடல்களைத் தந்த இசைமேதைகள் பத்தோடு பதினொன்றாக ஆக்கப்பட்டார்கள். நியாயமாக அவர்கள் பெற வேண்டிய அங்கீகாரங்கள் அவர்களுக்கு கிடைக்கவில்லை. அவர்கள் கடினப்பட்டு உழைத்து உருவாக்கிய பாடல்கள் எல்லாம் எம். ஜி.ஆர் பாட்டாகவும், சிவாஜி பாட்டாகவும் அறியப்பட்டன.

படங்கள் வெற்றி பெற்றால் பாடல்களும் வெற்றி பெறும். அவர்களுக்கு எந்தவிதமான விருதுகளும் வழங்கப்படவில்லை.

இசை மக்களைக் கவர்ந்தது என்றாலும், இசை பற்றிய விழிப்புணர்வு இல்லாத காலம் என்பதால், அவர்கள் சரியாக கவனிக்கப்படாமல் போயினர். தங்களுக்கான தனித்துவத்தைப் பேணும் அதே நேரம், மிகவும் சிறப்பான பாடல்களையும் தந்தார்கள். பின்னாளைப் போல நடிகர்களின் குழு மனப்பான்மை இல்லாத காலத்தில் இவை நடந்தன எனலாம். நடிகர்கள் தங்களுக்குள் போட்டி போட்டாலும், இசையமைப்பாளர்கள் பாகுபாடின்றி குழு நிலைக்குள் சிக்காமல் இருந்த காலமும் அதுவாகும் எனலாம்.

பாடகர்களிலும் பொதுவாக எல்லோரும் பாடிக் கொண்டிருந்தார்கள். இன்னாருக்கு இன்னார் தான் பாட வேண்டும் என்றில்லாமல் இனிமையான குரல்களில் பாடல்களின் தன்மைகளுக்கு ஏற்றவாறு பொருத்தமானவர்கள் பாடியதால் பாடல்கள் சுவையாகவும் இருந்தன. எம். ஜி.ஆர், சிவாஜி, ஜெமினி கணேசன் போன்ற நடிகர்களுக்கு ஒரே படத்தில் வெவ்வேறு பாடகர்கள், வெவ்வேறு விதமான பாடல்களைப் பாடினார்கள். ஒரே படத்தில் எம். ஜி.ஆருக்கு ஏ. எம். ராஜாவும், டி. எம் சௌந்தரராஜனும், பி.பி.ஸ்ரீநிவாசும் பாடிய படங்களும் உண்டு. அதனால் நல்ல பல பாடல்கள் தொந்தரவாகப் பாடப்படாமல் தப்பித்துக் கொண்டன.

பின்னாளில் துரதிர்ஷ்டமான முறையில் தமிழ் சினிமா இசையில் இருந்து தானே ஒதுங்கி நின்ற, (அல்லது அவ்வாறான ஒரு நிலைக்கு அவரைக் கொண்டு சென்ற) மாபெரும் இசைக்கலைஞன் A. M.ராஜா எழுபதுகளின் மத்தியில் ஒரு பேட்டியில் நல்ல பாடல்கள் பற்றி கேட்ட போது பின்வருமாறு கூறினார்:

"இன்னாருக்கு இன்னார் தான் பாட வேண்டும் என்ற நிலை மாறவேண்டும். அந்நிலை மாறினால் நல்ல பாடல்கள் வர வாய்ப்புக்கள் உண்டாகும்."

பொதுவாக அந்தக்காலப் படங்கள் ராஜா ராணிக் கதைகளாகவே இருந்தன. அதனால் விஸ்வநாதன் ராமமூர்த்தி போன்றவர்களும் முன்னவர்களை போன்றே இசையமைக்க வேண்டி இருந்தது. எனினும் அவற்றிலும் கிடைக்கும் காட்சிகளுக்குப் பொருத்தமாக சில பாடல்களில் வெளிநாட்டு இசையை பயன்படுத்தி வந்தார்கள். குறிப்பாக குலேபகாவலி (1956) படத்தில் 'ஆசையும் என் நேசமும் இரத்த பாசத்தினால் ஏங்குவதைப் பாராயடா' என்று கே. ஜமுனாராணி பாடும் பாடலில் (படத்தில் ஆதி வாசிகளுக்கு நடுவே பாடும் பாடல்)

The green cockatoo (hits og 46) roberto inglez& his orchestra என்ற லத்தீன் அமெரிக்க பாடலின்ஒரு சிறிய பகுதியைக் கலந்திருப்பார்கள்.

நல்ல மெட்டுள்ள ஹிந்தி திரைப்படப் பாடல்களை நகல் எடுப்பதும் நடந்தன. 'செந்தமிழ் தென் மொழியாள்' என்ற பாடல், நௌசாத் இசையமைத்துப் புகழ் பெற்ற பாடலின் நேரடியான தழுவலாகும். இது கண்ணதாசன் தயாரித்த மாலையிட்ட மங்கை (1959) என்ற படத்தில் இடம் பெற்றது. கண்ணதாசன், தனக்கு பிடித்த அந்த ஹிந்தி பாடலின் மெட்டில் அதை அமைக்குமாறு வற்புறுத்தினார் என்பார் மெல்லிசைமன்னர். இதனை ஹிந்தி பாடலின் இசைக்கு தனது வரிகளை போட்டு மகிழ்ந்தார் என்று தான் சொல்ல வேண்டும்.

ஆனால், இதே பாடல் வேறு ஒரு படத்திலும் 'மோக முத்தம் தருமாம் மலர் கொடியாள்' என்ற பாடலாக, மேலே சொன்ன ஹிந்திப் பாடலின் நேரடித் தழுவலாக 'ஆயிரம் விளக்கு' (1952) என்ற படத்திலும் வெளிவந்தது.

1940களின் மத்தியில் இந்தி திரை இசையில் இசையமைப்பாளர் சி. ராமச்சந்திரா சாக்ஸபோன், கிடார், ஹார்மோனிகா, ஒபோ, ட்ரம்பெட், கிளாரினெட், பொன்கொஸ் போன்ற மேலைத்தேய வாத்தியங்களை அறிமுகம் செய்தது போல தமிழ் திரை இசையில் மெல்லிசை மன்னர்கள் விஸ்வநாதன்–ராமமூர்த்தி மேல் குறிப்பிடப்பட்ட வாத்தியங்களுடன் ஹிந்துஸ்தானி இசைக் கருவிகளான செனாய், சித்தார் போன்ற புதிய வாத்தியக் கருவிகளை தமது இசையில் அதிகம் பயன்படுத்த ஆரம்பித்தனர்.

Shehnai (1947) என்ற படத்தில் சி. ராமச்சந்திரா இசையமைத்து சித்தலக்ர் (Chitalkar) என்ற பெயரில் அவரே மீனாகபூருடன் பாடிய 'Aanna Mere Jaan Sunday Ke Sunday' என்ற நகைச்சுவைப் பாடலில் மேலைத்தேய இசையையும், வடஇந்திய நாட்டுப்புற இசையையும் இணைத்திருப்பார்.

மெல்லிசை மன்னர்கள் இதே உத்தியை பதிபக்தி (1959) படத்தில் மேலைத்தேய இசை வடிவமான Rock and roll இசையை, தமிழ் செவ்வியல் இசையுடன் இணைத்து, மேலைத்தேய நடனமும், தமிழ் நடனமும் இணைந்த ஒரு நாட்டியமும், நகைச் சுவையும் கலந்த பாடலாக தந்தார்கள் அந்த பாடலை நடிகர் சந்திரபாபுவும், V. N. சுந்தரமும் பாடினார்கள்.

‘ராக்... ராக்... ராக்... ராக் அண்ட் ரோல்’ என்று ஆரம்பிக்கும். அந்தப்பாடலில் சந்திரபாபு ராக் அண்ட் ரோல் பாணியிலும், வி. என். சுந்தரம் கர்நாடக இசையிலும் மிக அருமையாகப் பாடுவார்கள்.

இவ்விதம் மேலையத்தேய இசைக்கலப்பு ஆரம்பித்த காலத்தை குறித்து பாடகர் பி.பி.ஸ்ரீநிவாஸ் சொல்லும்போது, ‘Westren Influence மெல்ல, மெல்ல வந்த போது K. V. மகாதேவன் சொல்வார், “கொஞ்சம் Western இசையுடன் கலந்தால் அழகிருக்கு, அதில் தப்பில்லை, இசைக்கு எல்லை இல்லை” என்று.

பதிபக்தி (1959), விஸ்வநாதன் ராமமூர்த்தி இரட்டையருக்கு ‘ப’ என்ற வரிசையில் அமைந்த முதல் படமாகும். அவர்களின் இசையார்வத்திற்கு நல்ல ஆரம்பமாக அமைந்திருந்தது. சமூகக் கதைகள் சினிமாவில் அதிகம் வெளிவர ஆரம்பித்த கால கட்டமாகவும் அது இருந்தது. சமூகக் கதைகளை மையமாக கொண்ட கதைகளின் வருகையும், அதற்கேற்ற புதிய மெல்லிசைப் பாங்கான இசையின் தேவையும் ஒன்றோடொன்று இசைவாக்கம் பெற வைத்தது எனலாம்.

திரைக்கதையின் சூழ்நிலைக்கு, கதாபாத்திரங்களின் உணர்வுகளைப் பிரதிபலிக்கக் கூடிய இசையை மரபிலிருந்தும், வெளியிலிருந்தும் இணைத்து அற்புதங்களைச் செய்தார்கள் இவர்கள். மேலைத்தேய இசை, ஹிந்தித் திரைப்பட இசை, தமிழ் செவ்வியல் இசை, ஹிந்துஸ்தானி இசை (கவாலி, ஹசல்) போன்ற பல்வகை இசையிலிருந்தும் இனிமையான பாடல்களைத் தரமுடியும் என இந்த இரட்டையர்கள் நிரூபித்தார்கள். குறிப்பாக 1960களை இவர்களது பொற்காலம் அல்லது தமிழ் திரையிசையின் முதல் பொற்காலம் என வரையறுக்கலாம். பல விதமான உணர்வுகளை வெளிப்படுத்தும் பாடல்களாக இருந்தாலும், அதில் இனிமையும், வார்த்தை எளிமையும் இழைந்திருக்கும்.

இன்றைய இளைஞர்களும் அவர்களது பாடல்களைப் பாட விளைவது அந்தப் பாடல்களில் இருக்கும் இலகுவான தன்மையினாலேயே! பலவகை இசையிலிருந்து அவர்கள் பெற்ற உந்துதல் மட்டுமல்ல, அவற்றை அவர்கள் நமது சூழ்நிலைக்கு பொருத்தமான வகையில் இசையாக்கியது பெரு வெற்றியளித்தது எனலாம். படத்திற்குப் படம் நூற்றுக்கணக்கான இனிமையான பாடல்களைத் தந்தார்கள்.

பாடல் மெட்டமைப்பில் மட்டுமல்ல, இடையே வரும் இசையிலும் சீரிய பார்வை கொண்டவர்களாக விளங்கினார்கள்.

எளிமையான மெட்டமைப்பைக் கொண்ட பாடலாக இருந்தாலும், புதுமையான, உயர்ந்த தர வாத்திய இணைப்பின் சேர்க்கையோடு பாடலின் இனிமையும் இணையும் போது, புது பரிமாணங்களை எட்டி, நம்மை புது நிலைக்கு கொண்டு செல்லும் வல்லமை மிக்கதாக பாடல்கள் அமைந்து நின்றன. தமது சக்திக்கு எட்டிய உலக இசையின் சாத்தியங்களை எல்லாம் நமக்கும் காட்டியவர்கள் மெல்லிசைமன்னர்கள் விஸ்வநாதன், ராமமூர்த்தி இரட்டையர்கள் என்பது மிகையான கூற்றல்ல.

குறிப்பாக 1950 களின் பின்னால் மேற்கில் வளரச்சியடைந்த பாப் இசை (pop music) என்னும் சொல்லாடல் ராக் அண்ட் ரோல் (Rock and Roll) இசையின் மூலம் கிடைக்கிறது. பல இசை வடிவங்களை (Ballad, Gospel, Soul Music, Jazz, Country Music, Rythm of dance music, Classical Music போன்ற இசை வடிவங்கள் ஒன்றிணைந்த இசை) உள்வாங்கிய இசையாகவும், மின் கருவிகளை இணைத்த புது இசையாகவும் மலர்ந்தது. பொழுதுபோக்கு இசையில் புதுப் பரிமாணங்களை எட்டிய இந்த வகை இசை மேற்கில் பரந்துபட்ட மக்கள் மத்தியில் செல்வாக்குப் பெற்று வளர்ந்தது.

இந்த போக்குகளுக்கு முன்னோடியாக முன்பே வளர்ந்திருந்த குறிப்பாக 1930, 1940 களில் வளர்ச்சியடைந்த Nat King Cole போன்ற ஜாஸ் பியானோ இசைக் கலைஞர்களின் இசையில் மிக்க ஈடுபாடு காட்டினார்கள் மெல்லிசை மன்னர்களான விஸ்வநாதன்– ராமமூர்த்தி.

Nat King Cole என்ற அமெரிக்க கறுப்பின இசைக் கலைஞர். மிகப்பெரிய இசைக் குழுவை நடாத்தியதுடன், முதன் முதலில் டி.வி. நிகழ்சிகளிலும் இசை நிகழ்ச்சிகளை நடத்திய முன்னோடியாவார். இவருடைய இசையின் பாதிப்பு, மெல்லிசை மன்னர்களின் இசையில் அதிகம் உண்டு.

இவருடைய (Nat King Cole) வாத்திய குழுவில் பயன்படுத்தப்பட்ட Bongos என்ற தாள வாத்தியம் தாள லயத்தில் புது மெருகூட்டியது. ஆப்பிரிக்காவின் அடிமை மக்களால் கொண்டு வரப்பட்ட இந்த வாத்தியம், 1800 களில் கியூபாவில் நிலை பெற்று, பின் ஆப்பிரிக்க, ஸ்பானிய கலப்புக் கலாச்சாரத்தின் அடையாளமாக மாறியது. Changui- Sone என்கிற ஸ்டைலில் வாசிக்கப்பட்டு புகழ் பெறுகிறது. சல்சா (Salsa) இசையின் வேர்கள் இந்த இசையில் தான் உள்ளது என்பர்.

1940, 1950 களில் Bongos முன்னணி வாத்தியமாக உயரவும், வியாபார ரீதியில் புகழ் பெற உழைத்தவர் 'Mr.bongo' என்று போற்றப்பட்ட Jack Contanzo என்ற கலைஞராவார். இவர் Nat King Cole இன் வாத்தியக் குழுவில் மிக முக்கிய பங்காற்றினார். இந்த இசை குழுவின் அமைப்பு முறையைத்தான் மெல்லிசை மன்னர்கள் முன்மாதிரியாகக் கொண்டு தமிழ்ச் சினிமா இசையில் காட்சிகளுக்குப் பொருத்தமாக சில பாடல்களைத் தந்தார்கள். சர்வர் சுந்தரம் படத்தில் 'அவளுக்கென்ன அழகிய முகம்' என்ற பாடல் காட்சியில் தோன்றும் விஸ்வநாதனின் இசைக் குழுவும் Nat King Cole இன் வாத்தியக் குழுவினரை போலவே தோற்றமளிக்கும்.

Bongos என்ற தாள வாத்தியக் கருவியை மெல்லிசை மன்னர்கள் மிகச் சிறப்பாக கையாண்டார்கள். அதன் இனிய நாதம் தமிழ்த் திரை இசைக்கு புத்துணர்வுமிக்க புதிய சப்தத்தை வழங்கியது. இன்று ஏ.ஆர் ரகுமான் போல தாளத்தை சகட்டுமேனிக்கு போட்டு 'முழக்காமல்' மிகவும் கச்சிதமாக திரையில் காட்சிகளுக்குப் பொருத்தமாகப் பயன்படுத்தினார்கள் இவர்கள்.

அதுமட்டுமல்ல, கியூபாவில் தோன்றி பின், மெக்சிக்கோவில் நிலை பெற்ற நடன முறையில் பயன் பட்ட 'denzones' என்ற இசை, enrique jorrin என்பவரால உருவாக்கப்பட்டது. ஆங்கில இசையின் கலப்பும், கியூபா மற்றும் ஆப்பிரிக்க தாளத்தின் கலவைகளாக இது உருவானது. இந்த இசை பிரஞ்சு காலனித்துவவாதிகளால் பரப்பப்பட்டது. பல்லின மக்களின் பங்களிப்பின் விளைவாகத் தோன்றியதே மனதை வசியம் செய்யும் cha cha cha என்ற நடன இசை. இந்த இசை 1940, 1950 களில் மிகவும் புகழ் பெற்றிருந்தது.

1950களில் வெளிவந்த ஹிந்தி படங்களில் எஸ்.டி. பர்மன், சி. ராமசந்த்ரா, ஓ. பி.நய்யார் போன்ற இசையமைப்பாளர்கள் இலத்தீன் அமெரிக்க தாளத்தின் வீச்சை பயன்படுத்தியிருக்கிறார்கள்.

மெல்லிசை மன்னர்கள் விஸ்வநாதன்– ராமமூர்த்தி, 1960களில் இசையமைத்த பல படங்களில் cha cha cha இசையைப் பயன்படுத்தி பல வெற்றிப் பாடல்களைத் தந்தார்கள். அவற்றில் சில:

1. 'அன்று வந்ததும் இதே நிலா' (படம்: பெரிய இடத்து பெண்) இந்த பாடலில்'cha cha' என்ற சொற்பிரயோகம் நேரடியாக வரும்.

2. 'இது வேறுலகம் தனி உலகம்' (படம்: நிச்சயதாம்பூலம்) இந்த பாடலிலும் 'cha cha' என்ற சொற்பிரயோகம் நேரடியாக வரும்.

3. அவளுக்கென்ன அழகிய முகம் (படம்: சர்வர் சுந்தரம்) இந்தப் பாடலில் நேரடியாக 'Cha Cha' வராது ஆனால் தொனிப்புகளில் மிக துல்லியமாகத் தெரியும்.

அது மட்டுமல்ல ஸ்பானிய, ஆப்பிரிக்க கலப்பு இசையான இன்னொரு வடிவம் Ramba இசை. இது இலத்தீன் அமெரிக்க நடனத்தில் பயன்படும் மென்மையான தாள அசைவுகளை கொண்ட இசையாகும். இதை நல்ல உந்துதலாகக் கொண்டு கொண்டும் சில பாடல்களைத் தந்தார்கள்.

'போனால் போகட்டும் போடா' (படம்: பாலும் பழமும்) என்ற பாடலை மிக அழகாக ramba music பாணியில் இசையமைத்திருப்பார்கள் மெல்லிசை மன்னர்கள்.

மேற்சொன்ன bongos என்ற தாள வாத்தியக் கருவி, cha cha cha, ramba music போன்ற இசைகளின் கலவைகளான இலத்தீன் அமெரிக்க இசையைக் கொண்டு இனிய பல பாடல்களைத் தந்தார்கள் மெல்லிசை மன்னர்கள்.

bongos வாத்தியம் பயன்பட்ட பாடல்களுக்கு சில உதாரணங்கள். இந்தப்பாடல்களில் bongos வாத்தியக்கருவி முதுகெலும்பாக இருக்கும்.

1. 'அவளுக்கென்ன அழகிய முகம்' (படம்: சர்வர் சுந்தரம்)
2. 'இது வேறுலகம் தனி உலகம்' (படம்: நிச்சயதாம்பூலம்)
3. 'படைத்தானே படைத்தானே' (படம்: நிச்சயதாம்பூலம்)
4. 'போனால் போகட்டும் போடா' (படம்: பாலும் பழமும்)
5. 'பாலும் பழமும் கைகளில் ஏந்தி' (படம்: பாலும் பழமும்)
6. 'பெண் போனால் இந்த பெண் போனால்' (படம்: எங்க வீட்டுப் பிள்ளை)
7. 'ஒரு பெண்ணைப் பார்த்து நிலவைப் பார்த்தேன்' (படம்: தெய்வத்தாய்)
8. 'பருவம் போன பாதையில்' (படம்: தெய்வத்தாய்)
9. 'இது வேறுலகம் தனி உலகம்' (படம்: நிச்சயதாம்பூலம்)
10. 'பருவம் எனது பாடல்' (படம்: ஆயிரத்தில் ஒருவன்)
11. 'குமரிப் பெண்ணின் உள்ளத்திலே' (படம்: எங்க வீட்டுப் பிள்ளை)

12. 'வந்த நாள் முதல் இந்த நாள் வரை' (படம்: பாவ மன்னிப்பு)

மெல்லிசை மன்னர்கள் 'வந்த நாள் முதல் இந்த நாள் வரை' பாடலின் அமைப்பு முறையில் மிகவும் புதுமையைக் கையாண்டார்கள். பாடலின் ஆரம்பத்தில் விசில் ஒலியும் தொடர்ந்து, ஹம்மிங் பின்தொடர்ந்து வர, பாடல் ஆரம்பிக்கும். தொடர்ந்து பின்னணி இசையில் விசில் வாத்தியங்களில் ஒன்று போல பயன்படுத்தியிருப்பார்கள். இதில் புதுமையின் உச்சம் என்னவென்றால், இந்தப் பாடல் அமைக்கப்பட்ட ராகம். தமிழ் செவ்வியலிசையில் மிக முக்கிய ராகங்களில் ஒன்றான மோகனம்.

மோகன ராகத்தில் இப்படியும் இசையமைக்க முடியுமா? என்று எண்ண வைக்கும் வகையில், முற்றிலும் புதிய, யாரும் எதிர் பார்க்காத கோணத்தில் அமைக்கப்பட்ட பாடல் இதுவாகும். ஹம்மிங், விசில் போன்றவற்றோடு கமகங்கள் குறைக்கப்பட்ட மோகன ராகத்தின் வலிமையிலும், கண்ணதாசனின் கவித்துவம் அழுத்தாத எளிமையான வரிகளாலும் அமைக்கப்பட்ட இந்தப் பாடல் இன்னும் ஒரு நூற்றாண்டைக் கடந்து செல்லும் வல்லமை கொண்ட புதுமையான பாடலாகும்.

அழகிய ராகத்தை எளிமையான பிடிமானத்திற்குள் மனோவசியம் செய்யும் இந்தப் பாடலை ஒவ்வொரு முறையும் கேட்கும் போதும், எழும் ஆனந்தத்தை வார்த்தையால் வர்ணிக்க முடியாது. ஆச்சரியமான முறையில் மோகன ராகத்தைக் கையாண்ட மெல்லிசை மன்னர்களது மேதமையை எவ்வளவு பாராட்டினாலும் தகும்.

மெல்லிசை மன்னர்கள் பற்றி பின்னணிப் பாடகர் பி.பி.ஸ்ரீனிவாஸ் "இவர்களது வருகையால் இசை இனிய திசைக்குச் சென்றது." என்பார்.

உலகெங்கும் உள்ள நல்ல இசையை தமிழ் சினிமாவில் கொண்டு வந்த பெருமை இவர்களைச் சாரும் என்பதை நாம் அவர்களது பாடல்களை இன்று கேட்கும் போதும் உணரக்கூடியதாக இருக்கின்றது. இன்று சர்வ சாதாரணமாகப் பயன்படுத்தப்படும் வெளிநாட்டு வாத்தியங்களை எல்லாம் இவர்களே அறிமுகம் செய்தார்கள். ஒரு மெலோடி யுகத்தை உருவாக்கி அதில் வாத்திய இனிமையையும், நவீனத்தையும், காலத்திற்கு ஏற்ப புதுமையையும் படைத்தார்கள். பாடல் மட்டுமல்லப் பாடலுக்கு வரும் முகப்பு இசை இடையில் வரும் வாத்திய இசை போன்றவற்றைப்

புதுமையாக அமைத்து பாடலின் எல்லா பக்கத்தையும் இனிமையாக்கினார்கள்.

ஹம்மிங், கோரஸ், விசில், பறவை இனங்களின் ஒலிகள், இரவின் ஒலி போன்ற சப்தங்களை எல்லாம் மிக நுட்பமாகப் பயன்படுத்தினார்கள். மனதைக் கரைய வைத்து நினைவில் இறுகி நிற்கும் பாடல்களைத் தந்தவர்கள், இந்த இரட்டையர்கள். காட்சிக்குப் பொருத்தமான இசையை புதிய இசைப் போக்குகளைப் பயன்படுத்தித் தந்தாலும், மரபை விட்டு விலகியவர்களுமல்ல இவர்கள் என்பதும் கவனத்திற்குரியது.

வாத்திய சேர்க்கைகளில் புதுமை இருந்தாலும், ராக அடிப்படைகளில் நின்று மனதை வசியம் செய்கின்ற பல பாடல்களை தந்தார்கள். ராகங்களை 'மறைத்து வைக்கும்' அதே நேரத்தில், அதன் குணாம்சங்களைப் பாத்திரங்களின் உணர்வு நிலைக்கு ஏற்ப கொடுக்கும் வல்லமையைப் பெற்றிருந்தார்கள். சில பாடல்களில் ராகங்கள் இன்னதென்று கண்டுபிடிக்க முடியாத அளவுக்கு ஒரு விதமான மயக்க நிலலையில், இரகசியமாக ஒளித்து வைக்கும் கலையை கைவரப் பெற்றார்கள் எனலாம். கனமான ராகங்களில் மெல்லிசை ஓங்கி நிற்கும் பாடல்களைத் தந்து சாதனை படைத்தார்கள். இத்தகைய சில சாதனைப் பாடல்கள்.

1. கண்கள் எங்கே நெஞ்சமும் அங்கே (படம்: கர்ணன்)
2. தொட்டால் பூ மலரும் (படம்: படகோட்டி– ராகம்–சுத்த தன்யாசி)
3. நான் பேச நினைப்பதெல்லாம் நீ பேச வேண்டும் (படம்: பாலும் பழமும்–ராகம்: சிவரஞ்சனி)
4. மாலைப்பொழுதின் மயக்கத்திலே நான் (படம்: பாக்கியலட்சுமி– ராகம்: சந்திர கௌன்ஸ்–ஹிந்தோளம்)
5. 'மலர்ந்தும் மலராத பாதி மலர் போல' (படம்: பாசமலர்– ராகம்: ஆபேரி)
6. 'தங்கரதம் வந்தது' (படம்: கலைக்கோயில்– ராகம்– ஆபோகி)
7. 'மன்னவனே அழலாமா கண்ணீரை விடலாமா' (படம்: கற்பகம்–ராகம்: கீரவாணி)
8. 'நிலவுக்கு என் மேல் என்னடி கோபம்'(படம்: போலீஸ்காரன் மகள்–ராகம்: ஆபேரி)

9. ‘ஒரு நாள் இரவில் கண் உறக்கம் பிடிக்கவில்லை’ (படம்: பணத்தோட்டம்– ராகம்: பகாடி)

10. ‘நான் உன்னை சேர்ந்த செல்வம்’ (படம்: கலைக்கோயில் –ராகம்: மோகனக் கல்யாணி)

11. பொன் என்பேன் சிறு பூ என்பேன் (படம்: போலீஸ்காரன் மகள்– ராகம்: கானடா)

12. விண்ணோடும் முகிலோடும் விளையாடும் வெண்ணிலவே– (படம்: புதையல்– ராகம்: நடபைரவி)

13. பொன் என்பேன் சிறு பூ என்பேன் (படம்: போலீஸ்காரன் மகள்– ராகம்: கானடா)

14. தமிழுக்கும் அமுதென்று பேர் (படம்: பஞ்சவர்ணக்கிளி– ராகம்: செஞ்சுருட்டி)

15. நெஞ்சம் மறப்பதில்லை (படம்: நெஞ்சம் மறப்பதில்லை– ராகம்: மிஸ்ர மாண்டு)

இதுபோல ஏராளமான பாடல்களை சொல்லிக் கொண்டே போகலாம்.

திரையின் கதையமைப்பிற்கு ஏற்ப, எங்கெல்லாம் நல்லிசை இருக்கிறதோ அவற்றை எல்லாம், நமது சூழலுக்கு பொருத்தமாக, அவற்றை அருவருப்பாக அல்லாமல், கண்ணியமான பாடல்களாகத் தந்தார்கள்.

தங்களது இசையமைப்பு பற்றி மெல்லிசை மன்னர் பின்வருமாறு கூறுகிறார்.

“நாவல்டி.... புதுமை.... அப்படி ஏதாவது செய்யணுமின்னு வெறி இருந்தது. ஆனால், பழமை மாறாத புதுமை பண்ணனுமின்னு நினைச்சோம். எந்தப் பாடலை எடுத்தாலும் ஒரு ராகமிருக்கும். அதைக் கொஞ்சம் மாடிபை (MODIFY) பண்ணி... கொஞ்சம் வெஸ்டர்ன்னைசா (westernise) பண்ணி... இப்படி ஒரு விதமா சேஞ் பண்ணினோம். முழுக்க முழுக்க கிளாசிக்கலா இருந்ததை மாற்றி லைட் கிளாசிக்கலா பண்ணி ஜனரஞ்சகமா கொடுத்தோம்’

அவர்களின் இசையை பற்றி அவர்களது ரசிகர் இளையராஜா சொல்கிறார்:

‘எனது இளவயது போனதே தெரியாமல், அவருடைய இசையிலேயே நான் கழித்தேன். எத்தனையோ பாடல்கள் வார்த்தையால் வர்ணிக்க முடியாத அளவுக்கு உயிரோட்டமாகக்

கொடுத்திருக்கிறார். அதில், 'மாலைப் பொழுதின் மயக்கத்திலே நான்...' என்ற பாடல் எனக்கு மிகவும் பிடிக்கும். ஒரு பாடல் என்பது படத்துக்கு மட்டும் உதவினால் பிரயோசனமில்லை, படத்தைத் தாண்டி, படச் சூழ்நிலையைத் தாண்டி, படத்தில் வரும் கதாபாத்திர மனநிலையைத் தாண்டி பாடலைக் கேட்கக்கூடிய ரசிகர்களைப் போய் தாக்க வேண்டும். பால்ய விவாகம் செய்து கணவனை இழந்த ஒரு பெண் பாடும் பாடல் இது. அதில் எனக்குப் பிடித்த வரிகள்:

'இளமை எல்லாம் வெறும் கனவு மயம்
இதில் மறைந்தது சில காலம்
நினைவும் அறியாமல் முடிவும் தெரியாமல்
மயங்குது எதிர் காலம்ஞ்'

தன்னுடைய எதிர்காலம் குறித்து யோசிக்க வைத்த அந்தப் பாடலை கண்ணதாசன் அற்புதமாக எழுதியிருந்தார். விஸ்வநாதன், கண்ணதாசன் இணைந்த கூட்டு ஒன்றை விட்டு ஒன்று பிரிக்க முடியாது. இசையை விட்டு வார்த்தையையும், வார்த்தையை விட்டு இசையையும் இங்கே பிரிக்க முடியாது. அதுதான் இசை. பாட்டு என்றால் பாடுகிறபடி இருக்க வேண்டும்."

பின்னாளில் இந்தப் பாடலை உந்துதலாகக் கொண்டு இளையராஜா ஒரு சிறந்தபாடலை அமைத்தார். மாலைப் பொழுதின் மயக்கத்திலே என்ற அந்தப் பாடல் அமைந்த சந்திரகௌன்ஸ் என்ற ராகத்திலேயே, இளம் விதவை பாடுவதாகத்தான் அந்தப் பாடலும் அமைக்கப்பட்டது அந்தப் பாடல் வைதேகி காத்திருந்தாள் (1985) படத்தில் வரும், 'அழகு மலராட அபிநயங்கள் சூட சிலம்பொலியும் புலம்புவது கேள்' என்ற பாடலாகும்.

இவை ஒரே ராகமாக இருப்பினும் இரண்டு அற்புதமான இசைப் படைப்புக்களாகும். இரண்டு பாடல்களும் ஒரே விதமான உணர்வு நிலையை வெளிப்படுத்தும் பாடலாக இருந்தாலும், அந்த ராகத்தின் ரசம், அந்த உணர்வு நிலையைத் தொட்ட போதும், ஒரு பாட்டைப்போல் அடுத்த பாடல் இல்லை. இவை படைப்பு ரகசியம் அறிந்த மேதைகளின் சுகிப்பு என்று சொல்வதைத் தவிர வேறு வார்த்தைகள் என்னிடம் இல்லை!

இசைஞானி இளையராஜா சொல்வார்: "ஹிந்தி திரை இசையமைப்பாளர்களான மதன் மோகனும், ரோஷனும் தங்கள் இசை மூலம் பேசிக்கொள்வார்கள்; ஒருவர் தனது பாடல் மூலம்

கேள்வி கேட்பார், மற்றவர் அதற்குத் தன் பாடல் மூலம் பதில் சொல்வார்" என்று.

அது போன்றே இசைப் பொதுவெளியில் பல இசைமேதைகளால் விடப்பட்ட பல கேள்விகளுக்கு இசைஞானி இளையராஜா பதில் சொல்லியிருப்பதை நாம் அவருடைய பல பாடல்களிலிருந்து உதாரணங்களைச் சொல்ல முடியும். அந்த வகையில் மெல்லிசைமன்னர்கள் விஸ்வநாதன்– ராமமூர்த்தி இணையர் கேட்ட கேள்விக்கான பதிலே 'அழகு மலர் ஆட...' என்ற பாடாகும். அகத்தூண்டுதல் என்பதற்கு இது மிகச் சிறந்த எடுத்துக்காட்டு எனலாம்.

அதே போலவே மெல்லிசை மன்னர் எம்.எஸ்.விஸ்வநாதன், பாலும் பழமும் படத்தில் இடம்பெற்ற 'காதல் சிறகை காற்றினில் விரித்து வான வீதியில் பறக்க வா' என்ற பாடலுக்கான அகத்தூண்டுதலை இசைமேதை நௌசாத் இசையமைத்த அக்பர் படத்தில் வரும் 'கனவு கண்ட காதல் கதை கண்ணீர் ஆச்சே' என்ற பாடலிலிருந்து பெற்றது என்று கூறியிருப்பது ஆச்சரியமிக்கதாகும்.

பலவிதமான இசைகளைக் கேட்டு அவற்றில் லயித்து தாம் பெற்ற இன்பத்தை நமக்கும் தந்த மெல்லிசை மன்னர் எம்.எஸ். விஸ்வநாதன், இந்த அகத்தூண்டுதல் பற்றி என்ன சொல்கிறார்?

"இந்த இசையமைப்பு, பாட்டெழுதுவது என்கிற தொழிலிலே நமக்குப் பிடிச்ச விஷயங்கள் எங்கோ நமக்கு அறியாமல், ஒளிஞ்சு நிற்கும். வேறு யாராவது கம்போசர்களைக் கேட்டா கூட அந்தச் சாயல் வந்திடும்; இல்லை அந்தச் சாயல் அறியாமல் வந்திடும். அதனாலே பாக்கியுள்ளவர்கள் திருடினேன் என்று கண்டுபிடிக்க முடியாத அளவுக்கு ஒழிச்சு வைக்க வேணும். அதை வெளிப்படையாகத் திருடினேன் என்றளவுக்கு வைச்சுக்கக் கூடாது. நானும் காப்பி அடிச்சிருக்கேன். என்னைப் பார்த்து சிலர் காப்பி அடிக்கிறதா சொல்லிக்கிறாங்க! இருக்கலாம். ஆனால் அதை ஒளிச்சு வைக்கணும். அதுமாதிரி...

'கல்லைத்தான்
மண்ணைத்தான்
காய்ச்சித்தான்
குடிக்கத்தான்...'

எனப் பெரிய கவிஞர் அந்தக் காலத்தில் எழுதின ஒரு வரியை வைத்து கவிஞர் (கண்ணதாசன்) விளையாடினார். 'அத்தான் என்னத்தான்' இப்படியெல்லாம் தான், தான் என்றே வரும்.

இந்த மாதிரி ஒரு பாட்டை எழுதினார். பாவமன்னிப்பு படத்தில் நல்ல சிச்சுவேஷன் (situation) மாட்டியது. அப்போது என்கிட்டே சொன்னாரு 'டேய் தம்பி! இப்படி ஒரு பாட்டு வைச்சிருக்கேன்டா, மியூசிக் டைரக்டர்களிட்டே கொடுத்துப் பார்த்தேன், இதுக்கு மெட்டு வராதுன்னுட்டாங்க! நீ போட்டேன்னா, உனக்கும் நல்லது, எனக்கும் நல்லது' என்று கெஞ்சினார். அதிலென்னென்னா... கவிதை அவ்வளவு ரசிப்புத் தன்மையுள்ளது. ஒரு ரசிகன்தான் கலைஞனாக முடியும். நான் ஏன் சொல்லறேன் என்றால் அவர் ரசித்ததை நாம் எல்லோரும் ரசிப்போம் என்கிற நம்பிக்கை அவருக்கு!

என்கிட்டே கொடுத்தாரு, ஏன் வரமாட்டேன் என்று சொன்னாங்க... ? ட்ரை பண்ணிப் பார்ப்போம் என்று ஆரம்பித்தேன்.

அத்தான்– என்
அத்தான்– அவர்
என்னைத்தான்
எப்படி சொல்வேனடி...

பாடல் மத்தியிலே நல்ல இடைவெளி (gap) இருக்கும். ஏவிஎம் செட்டியாரு சொன்னார் 'என்ன பாட்டு இது? மத்தியிலே இவ்வளவு இடைவெளி இருக்கே! வெத்திலை, பாக்கு மடிச்சு போடுற நேரம் இருக்கு! இப்பிடி பண்ணிட்டான்களே விஸ்வநாதனும், கண்ணதாசனும்?'

'அந்த இடைவெளி எப்படியாச்சின்னா வெட்கத்தை குறித்தது. அந்த இடைவெளி சொல்ல முடியாத விரகதாபத்தை வெளிப்படுத்துவதாக அமைந்துவிட்டது! அதுக்குத் தகுந்த மாதிரி பி.சுசீலா பாடும் போது எல்லோரும் தம்மை மறந்தாங்க. லதா மங்கேஸ்கர் பாராட்டிய பாடல் அது! அந்த வார்த்தைதான் என்னை சந்தோஷப்படுத்தியது"– எம்.எஸ்.விஸ்வநாதன்

'மனதோடு மனோ' என்ற இசைநிகழ்ச்சியில் மெல்லிசை மன்னர் எம்.எஸ்.விஸ்வநாதன் பின்வருமாறு சொல்கிறார்;

"...இன்னுமொரு கஷ்டமான சூழ்நிலை, சிவாஜி ஹீரோ, கஷ்டப்பட்டு, நொந்து போய் அவஸ்தைப்பட்டு பாடுற பாட்டு! மெட்டுப் போட்டோம், பாட்டு எழுதினோம், கம்போஸ் பண்ணினோம். சிவாஜி வந்தாரு, நீங்க நடிச்சாவது காட்டுங்க, ஏதாவது Inspiration வருதான்னு பார்ப்போம் என்றோம். சிவாஜி நடித்துக் காட்டினார். அவர் நடிக்கும் போது 'எங்கே நிம்மதி...

T.சௌந்தர் | 83

எங்கே நிம்மதி...' என்று நடித்துக் காட்டினார். அந்த வார்த்தையை வைத்து பல்லவி எழுதினார். ஒரு கவிஞரும், இசையமைப்பாளனும் கணவன், மனைவி போல பழகணும். அப்படி நட்பாக இருந்தால் நல்ல பிள்ளை (பாடல்) பிறக்கும்."

இவ்விதம் ஒரு விதமான ஜனரஞ்சக இசையை உருவாக்கி வெற்றிக் கொடி நாட்டிய மெல்லிசை மன்னர்கள், பாமரர்களை ரசிக்க வைத்தது மட்டுமல்ல, இசை அறிந்தவர்களும் பாராட்டும் வண்ணம் சாதனை படைத்தார்கள்.

மெல்லிசை மன்னர்கள் உந்துதல் பெற்ற சில பாடல்களை கீழே தருகிறேன்.

1. பாலும் பழமும் (1961) படத்தில் இடம் பெற்ற 'காதல் சிறகை காற்றினில் விரித்து வான வீதியில் பறக்க வா' என்ற பாடலுக்கான பாதிப்பு இசைமேதை நௌசாத் இசையமைத்த அக்பர்(1960) படத்தில் வரும் 'கனவு கண்ட காதல் கதை கண்ணீர் ஆச்சே' என்ற பாடலிலிருந்து பெற்றது என்று விஸ்வநாதன் கூறியது ஆச்சரியமிக்கதாகும். கண்டுபிடிக்க முடியாத வகையிலமைந்த மேன்மை இதில் உண்டு.

2. பாவமன்னிப்பு (1961) படத்தில் இடம் பெற்ற 'சிலர் சிரிப்பார் சிலர் அழுவார்' இந்தப் பாடல் இரண்டு ஹிந்திப் பாடல்களிலிருந்து ஊற்றெடுத்தது போன்ற அமைப்பைக் கொண்டபாடல். இந்தப்பாடலின் தொகையறா ' sab kuch luta ke hosh mein' என்று ஆரம்பிக்கும் Ek Saal (1957) திரைப்படப் பாடலின் முகப்பு இசையையும், பின்பகுதி 'Chale Aaj Tum Jahan Se' என்ற (படம்: Udan Khatola–1955) நௌசாத் இசையமைத்த பாடலின் மெட்டையும் தாளத்தையும் ஒன்றிணைத்ததாக இருக்கும். இவை மட்டுமல்ல... . O door ke musafir என்று ஆரம்பிக்கும் Udan Khatola (1955) படப் பாடலையும் நினைவூட்டும்.

4. O door ke musafir- (படம்: Udan Khatola -1955-இசை: நௌசாத்) ஒன்று சேரா இருதுருவம் ஒன்றாய் சேர்ந்ததும்– (படம்: தலை கொடுத்தான் தம்பி–1958) இந்தப் பாடலில் வரும் வரிகளான 'அண்ணனைக் கொல்ல வந்தவன் இன்று' என்ற வரிகளில் உணர்ச்சி உச்சம் தொட்டுச் செல்லும் பாடல்

5. Dukh Bhare din beete re (படம்: Mother India –1957-இசை: நௌசாத்) 'எங்களுக்கும் காலம் வரும்' (படம்: பாசமலர்–1960) இந்தப் பாடலில் மேற்சொன்ன பாடலின் தாக்கம் துலக்கமாகத் தெரியும்.

6. O... gadiWale (படம்: Mother India-1957-இசை: நௌசாத்) மஞ்சள் முகம் நிறம் மாறி' (படம்: கர்ணன்) இந்தப் பாடலின் பல்லவி மாத்திரமல்ல, பின்னாளில் மெல்லிசை மன்னர் தனியே இசையமைத்த 'தேரு வந்தது போலிருந்தது நீ வந்த போது' என்ற அன்பளிப்பு (1969) படப் பாடலையும் நினைவுபடுத்தும்.

7. DIl ka Haal Sune Dilwala-(Shri420- இசை: Shanker Jaikishan) சின்ன சின்ன இழை பின்னி பின்னி வர– படம்: புதையல்– இசை: விஸ்வநாதன் ராமமூர்த்தி. இந்தப் பாடலின் தாளம் ஒரே மாதிரி இருக்கும். பாடலில் நிறைய சாயல்கள் தெரியும்.

8. sawan ke badalo unse ja kaho- (rattan-1944- இசை: நௌசாத்) 'உன்னைத்தான் நானறிவேன்'– படம்: வாழ்க்கைப்படகு– இசை: விஸ்வநாதன் ராமமூர்த்தி. இந்த பாடலில் வரும் 'என் உள்ளம் என்னும் மாளிகையில உன்னையன்றி யார் வருவார்' என்ற வரிகள் மட்டும் மேலே சொன்ன பாடலிலிருந்து எடுத்தாளப்பட்டிருக்கும். வேறு எந்த இடங்களிலும் சம்பந்தம் கிடையாது. அது மட்டுமல்ல, 'sab kuch luta ke hosh mein' என்ற பாடலின் (படம்: ek saal 1957) பாடலின் பல்லவியின் சாயலும் தென்படும். பல ஜாலம் காட்டிச் செல்லும் இந்தப் பாடலில் 'Mughal-E-Azam' (1960) என்ற படத்தில் லதா மங்கேஷ்கார் பாடிய 'Pyar Kiya To Darna Kya' என்ற பாடலின் (தமிழில் நேரடித் தழுவலான 'காதல் கொண்டாலே பயம் என்ன?') பாடலின் வேகமும், விரக தாபமும், காதலை துணிந்து வெளிப்படுத்தும் நுண்மையும் பொதிந்திருக்கும். வாழ்க்கைப் படகு படத்தில் இந்தப்பாடல் காட்சியும் அக்பர் படத்தினைப் போலவே படமாக்கியிருப்பார்கள்.

9. Beqas Pe Karam Kijiye- (படம்: Mughal-E-Azam -1960- இசை: நௌசாத்) இந்தப் பாடலின் தாக்கத்தை மிகத் துல்லியமாக சுமைதாங்கி (1962) படத்தில் 'என் அன்னை செய்த பாவம் நான் மண்ணில் வந்தது ' என்ற பாடலில் கேட்கலாம். இசை: விஸ்வநாதன் ராமமூர்த்தி

10. Tu Mera Chand mein tere chandni- (படம்: Dillagi 1949- இசை: நௌசாத்) என்ற பாடலில் வரும் ஒரு சிறிய புல்லாங்குழல் இசைக்கான ஒரு சிறிய இசைத் துணுக்கை வைத்து ஒரு புகழ்பெற்ற பாடலாக்கியிருப்பார் மெல்லிசைமன்னர் எம் எஸ் விஸ்வநாதன். அந்தப்பாடல் தான் புகழ் பெற்ற 'பூமாலையில் ஓர் மல்லிகை' என்ற ஊட்டி வரை உறவு (1967) படப்பாடல். இப்பாடல் குறித்து இசை மேதை நௌசாத்திடம் மெல்லிசைமன்னர் கூறிய போது,

அவர் ஆச்சரியத்துடன் "அப்படியா?" என்று வியந்ததுடன், இரு பாடல்களும் வெவ்வேறானவை என்றாராம்.

11. Tere Sadke Balam- (Amar–*1954*– இசை: நௌசாத்) மேலே உள்ள பாடலின் தெறிப்பை 'தென்றல் உறங்கிய போதும் திங்கள் உறங்கிய போதும்' என்ற பாடலில்– (படம்: பெற்ற மகனை விற்ற அன்னை *1958*– மிகத் துல்லியமாகக் கேட்கலாம். இசை: விஸ்வநாதன் ராமமூர்த்தி

12. Shubh Din Aayo Raj Dulara (Mughal-E-Azam -1960-இசை: நௌசாத்)இசைமேதை உஸ்தாத் படே குலாம் அலிகான் பாடிய செவ்வியலிசைப் பாடலில் மிதந்து வரும் அழகிய சங்கதிகளை 'நாளாம் நாளாம் திருநாளாம்' எனும் பாடலில் மெல்லிசையில் குழைத்தெடுத்திருப்பார்கள் மெல்லிசை மன்னர்கள். (படம்: காதலிக்க நேரமில்லை–*1964*)

13. Teri Pyari Pyari Surat Ko- (Sasural 1961- இசை: Shankar Jaikishan)'கண் படுமே பிறர் கண் படுமே'– (படம்: காத்திருந்த கண்கள்–*1962*– இசை: விஸ்வநாதன் ராமமூர்த்தி)

14. Dil tadap tadap ke- (madhumati 1958- இசை: Salil Chaudry) 'காண வந்த காட்சி என்ன வெள்ளி நிலவே'– (படம்: பாக்கியலட்சுமி *1962*– இசை: விஸ்வநாதன் ராமமூர்த்தி) தோரணைகளில் மேலே குறிப்பிட்ட பாடலின் தாக்கம் துல்லியமாகத் தெரியும் பாடல்.

15. மெல்லிசை மன்னர்கள் விஸ்வநாதன் ராமமூர்த்தி இசையமைத்த தலை சிறந்த பாடல்களில் ஒன்றான 'நெஞ்சம் மறப்பதில்லை அது நினைவை இழக்கவில்லை' என்ற பாடல் பற்றி மெல்லிசை மன்னர் ராமமூர்த்தி ஜெயா டி.வி–யின் 'திரும்பிப் பார்க்கிறேன்' என்ற நிகழ்ச்சியில் இந்தப் பாடலுக்கான இசையமைப்பு நடந்த வேளையில் தாங்கள் பல மெட்டுக்களைப் போட்ட பின்னரும் இயக்குநர் ஸ்ரீதர் திருப்திப்படாத நிலையில், அந்த நேரத்தில் வானொலியில் ஒலித்த படே குலாம் அலிகானின் பாடல் ஒன்றிலிருந்து இந்தப் பாடலுக்கான உந்துதல் கிடைத்தது என விளக்கியிருந்தார்.

16. Kahin deep jate Kahin (படம்: Bees Saal Baad 1962-இசை: Hemant Kumar) இந்தப்பாடலுக்குள் ஒழிந்திருக்கும் பாடல் தமிழ் திரையுலகத்தில் சிறந்த பாடல்களில் ஒன்று என நான் கருதும் ஆண்டவன் கட்டளை (*1962*) படத்தில் இடம் பெற்ற 'அழகே வா அறிவே வா' என்ற பாடலாகும். மேலே சொன்ன ஹிந்திப்பாடலின்

தெறிப்புக்களை துல்லியமாகத் தெரியாத வண்ணம் பயன்படுத்திய நுட்பத்தை எண்ணி வியக்கலாம்.

17. Pucho na kaise maine (*படம்:* Pucho Na Kaise Maine 1963- *இசை:* S. D. *பர்மன்* இந்தப் பாடலில் கர்ணன் (*1964*) படத்தில் வெளிவந்த 'உள்ளத்தில் நல்ல உள்ளம்' என்ற பாடலின் சோகத்தையும், உருக்கத்தையும் நாம் கேட்கலாம். அதுமட்டுமல்ல செனாய் வாத்தியப் பிரயோகமும் அவதானம் பெறுகிறது.

18. Dil Apna Aur Preet- (*படம்:* Dil Apna Aur Preet 1960- *இசை:* Shankar Jaikishan) 'ஆறு மனமே ஆறு அந்த'– (*படம்: ஆண்டவன் கட்டளை–1964–இசை: விஸ்வநாதன் ராமமூர்த்தி*). ஹிந்திப் பாடலின் ஆரம்ப இசையைக் கொண்ட தமிழ்ப் பாடல்.

19. Koi Hamdam Na Raha - (*படம்:* Jhumroo 1961- *இசை:* S. D. *பர்மன்*) 'ஒருவர் வாழும் ஆலயம்'– (*படம்: நெஞ்சில் ஓர் ஆலயம் (1962) இசை: விஸ்வநாதன் ராமமூர்த்தி*)

20. Aaja Re Ab Mera Dil Pukara- (*படம்:* AAh 1953- *இசை:* Shankar Jaikishan) 'செந்தூர் முருகன் கோவிலிலே'– (*சாந்தி–1965– இசை: எம்.எஸ்.விஸ்வநாதன்*) செந்தூர் முருகன் பாடலில் பி.சுசீலா மகிழ்ச்சியாகப் பாடும் பாடலில் மேற்சொன்ன ஹிந்திப் பாடலின் வாசம் மென்மையாக வீசும். நெருக்கமாக அல்லது அழுத்தமாக நுகர்ந்து பார்க்க பார்க்கும் போது, உற்றறிந்து சுவைக்கும் போது தென்படும் பாடல். ஹிந்திப் பாடலின் எளிமையான ஹம்மிங் தமிழில் விஸ்வநாதனின் ஆர்ப்பாட்ட இசையில் மறைக்கப்பட்டிருக்கும். மேலே உள்ள ஹிந்திப்பாடல் 'அன்பே வா அழைக்கின்ற எந்தன் மூச்சே' என தமிழ்ப் பாடலாகியது.

இந்த தமிழ்ப் பாடலில் பல்லவி முடிய வருகின்ற ஹம்மிங் உணர்த்தும். ஹிந்தியில் புகழ் பெற்ற 'Aah' என்ற திரைப்படம் தமிழில் 'அவன்' என்ற பெயரில் மொழிமாற்றம் செய்யப்பட்டு வெளி வந்தது. அதன் பாடல்களை மொழி மாற்றம் செய்யப்பட்ட படம் என்று சொல்ல முடியாத வகையில், மிக இயல்பாய், நெருடலற்ற வகையில் தனது கவித்துவ வரிகளால் பெருமைப்படுத்தியவர் கவிஞர் கம்பதாசன்.

21. banwari re jeeneke- (*படம்:* Ek phool char kante-1960-*இசை:* Shankar Jaikishan) இந்த ஹிந்திப்பாடலின் அனுபல்லவியை 'காவிரி நகரினில் கடற்கரை ஓரத்தில் மாதவி ஆட வந்தாள் ' என ஆரம்பிக்கும் பல்லவியைக் கொண்ட 'வாழ்ந்து காட்டுகிறேன்'

(1975) படப் பாடலில் நாம் கேட்கலாம். இசை: மெல்லிசைமன்னர் எம் எஸ் விஸ்வநாதன்.

22. Jag Dard E Ishq Jag- இசை: C. Ramachandra இசையமைத்த இந்தப் பாடல், கீழ் கண்ட பாடல்களுக்கு முன்னுதாரணமாக அமைந்தபாடலாகும்.

A. 'மயக்கும் மாலை பொழுதே நீ போ போ'– (படம்: குலேபகாவலி– இசை: கே.வி.மகாதேவன்)

B. 'கலையே என் வாழ்க்கையின் திசை மாற்றினாய்'– (படம்: மீண்டசொர்க்கம்– இசை: டி. சலபதிராவ்)

C. 'ஆசை பொங்கும் அழகு ரூபம்'– (படம்: ஆசை– இசை: டி. ஆர். பாப்பா)

D. 'தூது செல்லாயோ இளம் ஜோடியாய் உலாவும் நிலவே'– (படம்: ராஜ சேவை)

E. 'நிலவே என்னிடம் நெருங்காதே'– (படம்: ராமு– இசை: விஸ்வநாதன்)

போன்ற பல பாடல்களுக்கு மிகவும் முன்னுதாரணமிக்க பாடலாகும். ஒரே ராகத்தில் இந்தப் பாடல்கள் எல்லாம் அமைந்திருப்பதில் ஒற்றுமை இருப்பினும், மேற் சொன்ன அந்தப் பாடலின் கடுமையான பாதிப்புக்குள்ளான பாடல்கள் இவை. அந்தப் பாடலின் அடர்த்தியான வாசம் இப் பாடல்களில் உண்டு என்பதை கேட்பவர்கள் இலகுவில் உணர்ந்து கொள்ளலாம்.

இனி மெல்லிசை மன்னர்கள் விஸ்வநாதன் ராமமூர்த்தி இசையமைத்த பாடல்களில் மேலைத்தேய இசையின் பாதிப்புக்களை பார்ப்போம்.

1. 'Rhythm of the Rain'-The Cascades-(Gomme -1963) 'செல்லக் கிளிகளாம் பள்ளியிலே' (படம்: எங்கமாமா 1970–இசை: எம்.எஸ். விஸ்வநாதன்)

2. 'Rock Around The clock' bill Haley- (The Comets 1955) 'விஸ்வநாதன் வேலை வேணும்'–(படம்: காதலிக்க நேரமில்லை –1964)

03. 'Lime Light Title Music' (படம்: Lime Light 1952–இசை: Charlie Chaplin) 'பந்தல் இருந்தால் கொடி படரும்'– (படம்: பந்தபாசம்–1963–இசை: விஸ்வநாதன் ராமமூர்த்தி)

4. Stragers in the night- (Frank Sinatra-1966) 'நல்லது கண்ணே கனவு கனிந்தது'- (படம்: ராமன் தேடிய சீதை–1972–இசை: விஸ்வநாதன்)

5. Laura (Hits of 1945)- Woody Herman- HIS Orchestra 'படைத்தானே படைத்தானே'- (படம்: நிச்சயதாம்பூலம்–1962– இசை: விஸ்வநாதன் ராமமூர்த்தி). இந்தப்பாடலில் மேலே உள்ள ஆங்கிலப்பாடலின் கடைசிப் பகுதியில் (2: 19 வது நிமிடத்தில் வரும்) இசைப் பகுதியை ஹம்மிங்காக இணைத்திருப்பார்கள்.

6. Coolwater (Hits of 1945) Vaughn Monroe- Sons of Poineer 'யாருக்கு மாப்பிள்ளை யாரோ' (படம்: பார்த்தால் பசி தீரும்–1962–இசை: விஸ்வநாதன் ராமமூர்த்தி). இந்தப் பாடலில் background இசையில் ஆங்கிலப் பாடலின் வாடை மெதுவாக வீசும்.

7. Besame Mucho (1945) Jimmy Dorsey- HIS Orchestra 'அனுபவம் புதுமை அவளிடம் கண்டேன்' (படம்: காதலிக்க நேரமில்லை– 1964–இசை: விஸ்வநாதன் ராமமூர்த்தி). இந்தப்பாடலில் வரும் 'அந்நாளில் இல்லாத பொல்லாத எண்ணங்களே...' என்ற வரிகளில் சுகமாக மேலே சொன்ன ஆங்கிப்பாடல் வந்து போகும்.

8. The Green Cockatoo (1946) Roberto Inglez-HIS Orchestra இந்த பாடலின் சில பகுதிகள் 'தாபமும் வேகமும் தணித்திடும் பானமடா' (படம்: குலேபகாவலி–1957) இந்தப் பாடலில் அப்படியே வந்து போகும். இசை: விஸ்வநாதன் ராமமூர்த்தி.

9. You- Tommy Dorsey and His Orchestra (1945)- Edythe Wright 'எங்கிருந்தோ ஆசைகள் எண்ணத்திலே ஓசைகள்' (படம்: சந்திரோதயம்–1966–இசை: விஸ்வநாதன்). தொட்டும் தொடாமலும் சாயல் காட்டும் பாடல்.

10. Across The Valley From the Alamo- (1947) The Mills Brothers வீடு நோக்கி ஓடுகின்ற நம்மையே' (படம்: பதிபக்தி–1958–இசை: விஸ்வநாதன் ராமமூர்த்தி) இந்த பாடலில் மேல் சொன்ன பாடலின் தாளமும், கோரசும் அதிகம் சாயலைக் காட்டும்.

11. Dance At the Gym-Mambo-First Part (படம்: West Side Story- இசை: Leonard Bernstein) 'என்னைத் தெரியுமா' (படம்: குடியிருந்த கோயில்–இசை: விஸ்வநாதன்) 'என்னைத் தெரியுமா' பாடலில் 'ஆகா ரசிகன்... ஆகா ரசிகன்... உங்கள் ரசிகன்' என்ற வரிகளைப் பற்றிய பாடலின் வேகம் அப்படியே வரும்.

12. Jezebel (Million seller1951) Frank Laine The Norman Luboff Choir இந்தப் பாடலின் சாயலை கீழே உள்ள பாடல்கள் காண்பிக்கும் 'சம்போ சிவ சம்போ' (படம்: நினைத்தாலே இனிக்கும்–1979–இசை: எம்.எஸ்.விஸ்வநாதன்) 'பட்டத்து ராணி பார்க்கும் பார்வை' (படம்: சிவந்த மண்–1969–இசை: எம்.எஸ். விஸ்வநாதன்)

13. Do You Wanna Dance-Bobby Freeman 'மலர் என்ற முகம்'– (படம்: வெண்ணிற ஆடை –1964– இசை: விஸ்வநாதன் ராமமூர்த்தி)

14. Good Golly Miss Golly- Little Richard 1956 'என்ன வேகம் சொல்லு பாமா'– (படம்: குழந்தையும் தெய்வமும்–1963– இசை: எம்.எஸ்.விஸ்வநாதன்)

15. javier solis (Payaso- 1965) 'தேவனே என்னை பாருங்கள்'– (ஞான ஒளி–1971– இசை: எம்.எஸ்.விஸ்வநாதன்) 'அந்த நாள் ஞாபகம்'– (உயர்ந்த மனிதன்–1968– இசை: எம்.எஸ்.விஸ்வநாதன்)

'அந்த நாள் ஞாபகம்' பாடலின் சிரிப்பு பகுதியும், ஞான ஒளி பாடலின் பின்னணி இசையின் சாயலும் மேல் சொன்ன பாடலின் தெறிப்புகளான பாடல்களாகும்.

16. Damaso Perez Pradd- bailando maribo இந்தப் பாடலில் கீழ்கண்ட பாடலின் சாயல் தெரியும். 'அவளுக்கென்ன அழகிய முகம்' – (சர்வர் சுந்தரம்–1964– இசை: எம்.எஸ். விஸ்வநாதன்–ராமமூர்த்தி)

17. Perez Prado- El Manicero இந்தப் பாடலின் எதிரொலி என்று சொல்லத்தக்க பாடல் 'மலர் என்ற முகம்' மலர் என்ற முகம் இன்று'–(படம்: காதலிக்க நேரமில்லை– 1964–இசை: விஸ்வநாதன் ராமமூர்த்தி)

18. Tino Rossi- Le chant du gardian 'ரோஜா மலரே ராஜகுமாரி' (படம்: வீரத்திருமகன்–1963–இசை: விஸ்வநாதன் ராமமூர்த்தி) மேல்நாட்டுப் பாடலின் 2, 15 வது நிமிடத்தில் 'ரோஜா மலரே' பாடலின் ஹம்மிங்கை நாம் கேட்கலாம்.

19. Mi corazon baila mambo- (Lucy Fabery-1950) இந்தப்பாடலின் தாக்கத்தை கீழே உள்ள சந்திரபாபுவின் பாடலில் கேட்கலாம். 'கண்மணி பாப்பா குரங்கு பிறந்தது'– (படம்: தட்டுங்கள் திறக்கப்படும்–1966–இசை: விஸ்வநாதன்)

20. payaso javier solis (1960) இந்தப்பாடலின் தாக்கத்தை கீழே உள்ள இரண்டு பாடல்களில் கேட்கலாம்.

21. ‘சிரிப்பு வருது சிரிப்பு வருது’–(படம்: ஆணடவன் கட்டளை–*1962*–இசை: விஸ்வநாதன் ராமமூர்த்தி)

22. ‘அந்த நாள் ஞாபகம் நெஞ்சிலே’– (படம்: உயர்ந்த மனிதன்–*1962*–இசை: விஸ்வநாதன்) இந்த இரண்டு பாடல்களில் வரும் சிரிப்பொலியும், பேச்சு பாவமும் payaso பாடலை ஒத்திருக்கும்.

23. en mi viejo san juan javier solis con letra juan javier என்ற கலைஞரின் இந்தப் பாடலில் உயர்ந்த மனிதன் படப்பாடலான ‘அந்த நாள் ஞாபகம் நெஞ்சிலே’ பலட்லின் பின்னணியின் இசைச் சாயலைக் கேட்கலாம்.

இன்னும் பல எடுத்துக்காட்டுக்களை சொல்லிக்கொண்டே போகலாம். விரிவஞ்சி இத்துடன் நிறுத்துகிறேன்.

மேல் நாட்டு இசையின் கோரஸ் (Chorus), மற்றும் ஹம்மிங் இசையின் லாவண்யங்களை எல்லாம் தங்கள் படைப்பின் வழி தந்து இசை ரசிகர்களின் ஆழ்மனங்களில் உறைய வைத்தவர்கள் மெல்லிசை மன்னர்கள் விஸ்வநாதன் ராமமூர்த்தி என்றால் அது மிகையில்லை.

ஹோரஸ், ஹம்மிங் இசை முறைகளை வைத்து இசையின் அசாத்தியங்களைக் காண்பித்ததுடன் உணர்வுகளின் நெருடலை, பேரின்பத்தை, சோகத்தை, மனவலியை என எத்தனையோ விதமான பாடல்களாக்கி நம்மைக் கலங்கடித்தார்கள்.

மெல்லிசை மன்னர்கள் தந்த அமானுஷ்ய பாடல்கள் சிலவற்றை நோக்கலாம். அவை இசையால் நம்மை புது உலகத்திற்கு கொண்டு செல்வது போன்ற உணர்வைத் தருகின்ற பாடல்கள். வார்த்தையால் வர்ணிக்க முடியாத உணர்வுகளை மனதில் கிளர்த்தக் கூடிய பாடல்கள்.

1. அழகே வா அறிவே வா– (படம்: ஆண்டவன் கட்டளை)
2. நெஞ்சம் மறப்பதில்லை– (படம்: நெஞ்சம் மறப்பதில்லை)
3. மன்னவனே அழலாமா– (படம்: கற்பகம்)
4. பூஜைக்கு வந்த மலரே வா– (படம்: பாதகாணிக்கை)
5. அம்மம்மா கேளடி தோழி– (படம்: கருப்புப்பணம்)
6. பார்த்த ஞாபகம் இல்லையோ– (படம்: புதியபறவை)
7. கல்லெல்லாம் மாணிக்க கல்லாகுமா– (படம்: ஆலயமணி)
8. நாம் ஒருவரை ஒருவர்– (படம்: குமரிக்கோட்டம்)

1952 இல் இணைந்த மெல்லிசை மன்னர்கள் 1965 இல் பிரியும் வரை பல இனிமையான பாடல்களைத் தந்தார்கள். பின்னர் தனித் தனியே சிறப்பாக இசையமைத்த போதும், முன்பிருந்த இசையின் ஈர்ப்பு பின்னர் இருக்கவில்லை என்று தான் சொல்ல தோன்றுகிறது. அந்த இருவரின் ஒருங்கிணைப்பு சிறப்பாக இருந்தமையே மிகவும் நல்ல பாடல்கள் வரக் காரணமாயின எனலாம். வேகமாக இசையமைக்கும் ஆற்றல் பெற்ற எம்.எஸ். விஸ்வநாதன், பின்னாளில் திரையிசையில் நிலை பெற்றார்.

அதன் காரணமாகவே முன்பு இரட்டையர்களாக இருந்து இசையமைத்த பாடல்களின் இனிமைக்கும் இவரையே தனிப் பொறுப்பாளர் என்று தவறுதலாக சொல்லப்படுவதுண்டு. விஸ்வநாதனின் சிறப்பான பாடல்களைப் பட்டியல் போடுபவர்கள், அவர்கள் இரட்டையர்களாக இசையமைத்த பாடல்களைத்தான் பெரும்பாலும் சொல்வார்கள். அவற்றை விஸ்வநாதனுக்கு மட்டும் பொறுப்பாக்குவதற்கு பதிலாக, விஸ்வநாதன் ராமமூர்த்தி என்று இருவரையும் சொல்ல வேண்டும் என்பதே நியாயம்.

மெல்லிசை மன்னர் எம்.எஸ்.விஸ்வநாதனிடம் உள்ள சிறப்பு, அவருடைய இசை ஆளுமை. அவர் தனது மெட்டுக்களை பாடகர்களுக்கு சொல்லிக் கொடுக்கும் போது, அதை பாடகர்கள் உள்வாங்கிப் பாடும் போதும் அவருடைய பாதிப்பை பாடகர்களால் மறைக்க முடிவதில்லை. பாடகர்கள் பாடும் சில சமயங்களில் 'விஸ்வநாதன் குரலிலேயே' பாடுவது போலவே அமைந்து விடுவதுண்டு. இந்தச் சிறப்பு வேறு இசையமைப்பாளர்களிடம் இல்லை என்று துணிந்து கூறலாம்.

பாடல்களை அமைப்பதிலும், அதிலுள்ள கமகங்களின் பிரயோகங்களையும், வாத்திய அமைப்பையும் வைத்து பல இசையமைப்பாளர்களின் பாடல்களை அடையாளம் கண்டு விடலாம். ஆனால் விஸ்வநாதனிடம் இருக்கும், தான் பாடுவது போலவே பாடகர்களைப் பாட வைக்கும் ஆற்றல், வேறு எந்த இசையமைப்பாளர்களிடமும் நான் காணவில்லை. தங்கள் குரலின் தனித்துவத்துடன் சிறப்பாகப் பாடல்களை பாடும் பாடகர்கள் கூட விஸ்வநாதன் போல பாடியிருக்கிறார்கள். அந்த அளவுக்கு அவர்களிடம் பாதிப்பை உருவாக்கிவிடுவார். T.M.சௌந்தரராஜன், S.P.பாலசுரமணியம் போன்ற பாடகர்கள் பல பாடல்களை இவ்விதம் பாடி இருக்கிறார்கள். இதற்கு K.J.யேசுதாஸ் கூட ஆட்பட்டிருக்கிறார்!'ஆதி என்பது தொட்டிலிலே' என்ற பாடலில் இது தெளிவாகத் தெரியும்.

அவர்களுடைய ஆரம்ப கால இசையில் பட்டுக்கோட்டை கல்யாணசுந்தரம் நல்ல பாடல்களை எழுதினார். அவரைத் தொடர்ந்து கண்ணதாசன் கூட்டணியில் வெற்றிப் பாடல்கள் வெளிவந்தன.

கண்ணதாசன் விஸ்வநாதன் பற்றி சொல்வார்: ‘அவனுக்கு இசையைத் தவிர, வேறு ஒன்றும் தெரியாது. அவன் அரசியல், உலக நடப்புக்கள் பற்றி கேட்டால் சிரிப்பாக இருக்கும். ஆனால் இசை என்று வந்தால், உலகெங்கிலும் என்னென்ன இசை உண்டு என்பது அவனுக்கு தெரியும். Light Music இல் அவன் International.

தங்களது இசையால் தமிழ் மக்களை மகிழ்வித்த மெல்லிசை மன்னர்கள் உலகின் பல்வேறு பகுதிகளிலும் உள்ள இசையை மிகச் சிறப்பாக, நமது மரபு இசையுடன் இணைத்து புதுப் பாதையை அமைத்தார்கள். தமிழ் சினிமாவில் கலப்பிசையின் முன்னோடியாக இவர்களே இருந்தனர். உலகின் பல பகுதிகளிலும் உள்ள இசையை தம்மால் முடிந்த அளவு தமிழ் மக்களுக்கு இசைவாகப் பதப்படுத்தி கொடுத்தனர் எனலாம். மேற்கத்திய பொழுது போக்கு இசையும், ஹிந்தி திரை இசையும் அவர்களது இசை உந்துதலுக்கு ஆதாரமாக அமைந்தன எனலாம்.

இவர்களை போன்றே கே.வி.மகாதேவன், ஆதிநாராயண ராவ், கண்டசாலா, ஏ. எம் ராஜா, டி. ஜி.லிங்கப்பா, சி.என். பாண்டுரங்கன், மாஸ்டர் வேணு, டி.வி.ராஜூ, எஸ்.தட்சிணாமூர்த்தி, ஆர்.கோவர்த்தனம், ஜி.தேவராஜன், வி.தட்சிணாமூர்த்தி, ஜி.கே.வெங்கடேஷ், வி.குமார், எம்.பி.ஸ்ரீநிவாசன் மற்றும் பிற இசையமைப்பாளர்கள் நல்லிசை தந்தார்கள். இத்தகைய தணியாத இவர்களது இசை ஆர்வத்தை அடியொற்றியே இசைஞானி இளையராஜா அறிமுகமாகிறார்.

• • •

இளையராஜா

இளையராஜாவின் வருகை தமிழ் திரையிசையின் புதிய பரிமாணமாக அமைந்தது. ஹிந்தி திரைப்படப் பாடல்களின் ஆதிக்கத்தின் நீட்சி தொடர்ந்த காலத்தில் இளையராஜா அறிமுகமானார். 1950களில் ஆரம்பித்த தமிழ் மெல்லிசையாக்கம், 1960களில் நல்ல நிலையில் வளர்ந்ததெனினும், ஹிந்தி இசையின் தாக்கத்திலிருந்து முற்றாக விடுபட முடியவில்லை. ஹிந்தி படப்பாடல்கள் தொடர்ந்தும் செல்வாக்குச் செலுத்தி வந்தன.

1976இல் 'அன்னக்கிளி' வந்ததும் நிலைமை முற்றாக மாறியது என்பது தமிழ் திரையிசையின் வரலாறாகும். எனது பத்து வயதுகளில் நான் கேட்ட 'அன்னக்கிளி' பாடல்கள் ஈழத்திலும் மிக்க தாக்கம் விளைவித்தன. கேட்ட இடத்திலேயே நின்று, பாடல் முடியும் வரை நின்று, கேட்ட பாடல்கள் அவை என்பது எனது முதல் இசை அனுபவம் ஆகும். குறிப்பாக 'அன்னக்கிளி உன்னைத் தேடுதே' என்ற பாடலில் ஆரம்பத்தில் வரும் ஹம்மிங் இனம் புரியாத மயக்கம், அதிலிழைந்த சோகம் என் உயிரை வாட்டியது என்பேன். அந்தப் பாடலில் இழைந்திருந்த, இனம் புரியாத சோகம், விம்மல் அதன் காரணமாக இருந்திருக்கலாம்!

பல ஆண்டுகள் தாண்டி இன்று அந்தப் பாடலைக் கேட்கும் போது மீண்டும் மீண்டும் புதுப்பிறவி எடுப்பது போன்ற உணர்வைத் தந்து நெஞ்சை விம்ம வைக்கிறது. பாடலின் ஆரம்ப ஹம்மிங்கும், தென்றலென மிதந்து வரும் ஆரம்ப இசையும் குழலும், கதாநாயகியின் விம்மலை அளக்கும் தாளகதியும் பல்லவியை நிறைத்து நிற்கிறது. பாடலின் பின்பகுதியில் வரும் ஹம்மிங்கும், பின்னணி இசையும் அது தருகின்ற வாஞ்சையும் தமிழ் திரையை ஆக்கிரமிக்கப்போகும் நம்பிக்கைத் துளிர்களின் உயிர்த்துடிப்பு என்பதை அப்போது யாரால் உணர்ந்திருக்க முடியும்! உள்ளுணர்வின் இசைவெறியுடன் தமிழ் சினிமாவில் வந்த நாட்டுப்புறச் செம்மை அது.

மலை முகடுகளிலும், வயல்வெளிகளிலும் உழைப்பாளி மக்கள் தாம் படும் துன்பங்களை எல்லாம் மறந்து பாடிய பாடல் அல்லவா! தனது அன்னையிடமும், தனது கிராமத்து மக்களிடமும் கற்று, தனது இசையை விசாலித்து, அகலித்து செல்ல விரும்பிய ஒரு கலைஞன், தனக்குச் சரியான வாய்ப்பு கிடைக்கும் போது விளாசித் தள்ளிய பாடல் அல்லவா! இந்தப் பாடலைக் கேட்ட மக்கள் மனதில் என்ன உணர்வு எழுந்திருக்கும் என்பதை அதை அவர்கள் கொண்டாடியதிலிருந்து அறியலாமல்லவா!

பண்ணைப்புரத்திலும் அதைச் சுற்றியுள்ள கிராமங்களிலும் பாடப்பட்ட நாட்டுப்புறப் பாடலின் புது மெருகு இந்தப் பாடல்.

அந்த நேரத்தில் யார் பாடியது, யார் இசையமைத்தது என்பதெல்லாம் தெரியாது. அறியாத வயதாக இருந்தாலும் நல்ல இசைக்காக மனம் திறந்திருந்தது என்பேன். ‘அன்னக்கிளி உன்னைத் தேடுதே’ என்ற அந்தப் பாடல் அமைக்கப்பட்ட ராகம் ஆபேரி.

உருக்கமும், ராஜகம்பீரமும் ஒன்றிணைந்த அற்புதமான தமிழ் ராகம் ஆபேரி. தமிழ் சினிமாவில் இந்த ராகத்தில் அமைக்கப்படுகின்ற பாடல்கள் பெரும்பாலும் ஹம்மிங் உடன் தான் அமைக்கப்பட்டிருக்கும். அந்த பாடலில் அன்னக்கிளி என்ற பாத்திரத்தின் சோகம் சொல்லப்பட்டு விடுகிறது.

தோள்களில் புத்தகங்களையும், நெஞ்சிலே இந்தப் பாடலையும் சுமந்து பாடசாலைக்கு நடந்து சென்ற அந்த நாட்களில் நாம் கடந்து செல்லும் பனங்கூடலையும், வயல்வெளியையும் அன்னக்கிளி பாடல்கள் நிறைத்திருந்தன. பனங்கூடலில் நீண்டு வளர்ந்திருந்த நாணல் புற்களும் இந்தப்பாடல்களுக்கு அபிநயம் பிடித்தன. இந்தப் பாடல்கள் எங்கள் சோழகக் காற்றையும் (தமிழ்நாட்டின் தென்மேற்குப் பருவக்காற்று) நிறைத்தன.

குளிரும், கூதலும், வெப்பமும், வெதுவெதுப்பும் நமது மண்ணின் இயல்பானது போல, இந்த கால நிலைமைகளை எல்லாம் தனது இசையால் ஒருவர் நிறைக்கப் போகிறார் என்று அப்போது யார்தான் நினைத்திருக்கக் கூடும்!

நாடகம், கூத்து போன்ற கலை வடிவங்களை விட, மக்கள் சினிமாவை தமக்கு நெருக்கமானதாக கருதுகின்றனர். ஸ்டுடியோ தளங்களில் உருவான காட்சி அமைப்புக்கள் மாறி, கிராமங்களில் நேரடியாக ஒளிப்பதிவு செய்யும் ஒரு போக்கின் ஆரம்பமாக அமைந்த படமான ‘அன்னக்கிளி’யில் அறிமுகமானவர் இளையராஜா.

கதைக்கேற்ப இசையும் கிராமத்தைப் பிரதிபலிப்பதாக அமைந்தது. படத்தின் டைட்டில் இசையே அதை கட்டியம் கூறி விடுவதாய் அமைந்தது. அந்த டைட்டில் இசையிலேயே தமிழக நாட்டுப்புற இசையும், மேலைத்தேய இசையும் இணைந்த இசையாக அதனை அமைத்திருப்பார் இசைஞானி இளையராஜா.

தமிழ் நாடக அரங்கு சங்கரதாஸ் சுவாமிகளால் எவ்வாறு புத்தெழுச்சி பெற்றதோ, அதைப் போன்றே தமிழ் திரை இசையும் இளையராஜாவின் இசையால் புத்தெழுச்சி பெற்றது எனலாம். தமிழ் மரபுகளை நன்கறிந்த சங்கரதாஸ் சுவாமிகள் போலவே, இளையராஜாவும் அதிலிருந்தும் தனக்கு முன்பிருந்த திரை இசை மேதைகளின் பாதிப்பிலும், அவற்றுடன் நாட்டுப்புற இசை, கர்நாடக இசை, மேலைத்தேய செவ்வியல் போன்ற இசை வகைகளின் இனிய கலப்பிசையாக தனது படைப்புக்களை உருவாக்கினார். நாட்டுப்புற இசை, கர்நாடக இசை, மேலைத்தேய செவ்வியல் இசை போன்றவற்றில் அவருக்கு இருக்கும் தேர்ச்சி முன்பிருந்த இந்திய இசையமைப்பாளர்களுக்கோ அல்லது பின்னையவர்களுக்கோ இல்லை என்பது மட்டுமல்ல, ஜாஸ் (Jazz) இசை போன்றவற்றிலும் அவருக்கு இருக்கும் அபாரத் திறமை இந்திய இசையமைப்பாளர்களுக்கு இல்லை எனலாம்.

இவ்விதம் பலவகை இசை தெரிந்தவராக இருந்தபோதிலும், அர்த்தமற்று குழப்பாமல், அவற்றை எல்லாம் தனது கைதேர்ந்த கலை ஆற்றலால் கேட்கக் கேட்கத் திகட்டாத, கேட்கக் கேட்கப் புதுமைமிக்க, கலையுணர்வை அள்ளித்தரும் பாடல்களாக்கி தமிழ் மக்கள் மனங்களில் நிலைபெறச் செய்த மேதையாகத் திகழ்பவர் இசைஞானி இளையராஜா.

பலவிதமான இசைகளையும் பின்னிப் பின்னி, குழைத்துக் குழைத்து இசையில் பிரமிப்புக்களைத் தோற்றுவித்த நேரத்தில், அவை தோற்றத்தில் எளிமையையும் கலந்திருக்கும் அற்புதங்களையும் செய்து காட்டியவர் இசைஞானி.

அவருடைய பாடல்கள் ஒவ்வொன்றும் வெளிவரும் போது, அவற்றை முதலில் கேட்கும் போது, மிகச் சாதாரணமானது போல இருக்கும். ஆனால், தொடர்ந்து கேட்கக் கேட்க புது, புது விடயங்களை அவதானிக்கக் கூடியதாய் இருக்கும். அவை கேட்கக் கேட்க புதுமை மிளிரும் பாடல்களாய் இருப்பதை நம் அனுபவத்தில் கண்டிருக்கிறோம்.

நாம் அன்றாடம் கேட்ட பல வாத்தியங்களின் ஒலிகளிலும் புதுவிதமான, வியப்பூட்டும் சப்தங்களை உண்டாக்கிக் காட்டினார்.

அவை சப்த தொழில் நுட்பத்தால் செய்யப்பட்டதல்ல. அவை அவரது ஆரம்பகால பாடல்களில், சிறப்பான தொழில் நுட்பம் இல்லாத காலத்திலேயே, செய்து காட்டப்பட்டன என்பது வியப்புக்குரியது!

மிகச் சிறந்த இசை மரபைக் கொண்ட தமிழ்ச் சூழலில், பலருக்கு அது சுமையாய் அமைந்து விட்ட சூழ்நிலையில், அதிலிருந்து உள்ளக் கிளர்ச்சிகளை உருவாக்கக் கூடிய, சில சமயங்களில் அந்த மரபை மேலும் செழுமைப்படுத்தக் கூடிய இசை விநோதங்களை இளையராஜா படைத்துள்ளார்.

மெல்லிசை மன்னர்கள் ஓர் இனிய திசையில் புதிய பாய்ச்சலை ஏற்படுத்தினார்கள் என்றால், அதனை பல திசைகளிலும் நகர்த்தி, இது போல ஒரு இனிய இசை எங்கும் காணோம் என்ற நிலையை எட்ட வைத்தவர் இசைஞானி இளையராஜா!

பலகுரல் இசையிலும் (chorus), வாத்திய இசையமைப்பிலும் (Orchestra music) இவை வெவ்வேறு பரிமாணங்களில் வெளிப்பட்டிருக்கின்றன. பாடலின் போக்கில், பின்னே இழுபட்டுப் போகும் மனச்சலிப்பைத் தரும் பாதையை மூடி, பாடலின் உணர்வை மேலும் கூட்டும் படியாக வாத்திய இசையின் இனிமையால் கற்பனையில் புதிய தரிசனங்களைக் காட்டியவர் இளையராஜா. அவரது பாடலின் நடுவே வரும் இடையிசைகளை கேட்பவர்கள் இதனை உணரலாம்.

ஒரு பாடலில், தமிழ்ச் செவ்வியல் (கர்நாடக இசை) ராகத்தை அடிப்படையாக கொண்ட மெட்டிருக்கும், அதில் நேர்த்தியான மேலைத்தேய செவ்வியல் வாத்திய இசையும், தமிழக நாட்டுப்புற இசையின் கூறுகளும், நம்மைப் பிடித்தாட்டும் நாட்டுப்புற தாளமும் ஒன்றிழைத்துப் பின்னப்பட்டிருக்கும். நாட்டுப்புற இசை, கர்நாடக இசை, மேலைத்தேய செவ்வியல் போன்ற தனித்துவம் மிக்க இசை வகைகளை இளையராஜாவை போல் மிக லாவகமாகக் கலந்தவர்கள் யாருமில்லை எனலாம்.

தமிழ் மக்களின் உள்ளத்தில் பதிந்திருக்கும், மண்ணில் வேர் ஊன்றிய இசையால் இசையுணர்வை தட்டி எழுப்பியவர் இசைஞானி. தனது பேராற்றலால் பத்தோடு ஒன்றாயிருந்த இசையை தமிழ் சினிமாவின் கதாநாயகன் ஆக்கினார்.

முன்பிருந்த கதாநாயகர்களின் ஆதிக்கம் தளர்த்தப்பட்டது. இளையராஜாவின் இசை இருந்தால் போதும், கதாநாயகர்களாக யாரையும் வைத்துக் கொள்ளலாம் என்கிற நிலை உருவாகியது.

அற்பத்தனத்தின் சின்னமாக இருந்த தமிழ்த் திரை உலகின் கதாநாயகர்கள் பின்னுக்குத் தள்ளப்பட்டது நியாயமானதே. ஒரு சிலரை சிறந்த நடிகர்கள் என்றும், வேறு சிலரை மட்டமான நடிகர்கள் என்றும் தமிழ் பத்திரிகைகள் திட்டமிட்டு பரப்பி வந்தன.

'பெரிய' என்று புகழப்படும் ஜிகினா கதாநாயகர்கள் செய்வதை தான் மட்டமான நடிகர்களும் செய்தார்கள்! இந்த கதாநாயகர்கள் எல்லாம் இரண்டாம் பட்சமாக்கப்பட்டார்கள். அந்த 'மட்டமான' நடிகர்களின் படங்களிலும் சிறப்பான இசை தான் இருந்தது. ஓர் இசையமைப்பாளருக்கு கட் அவுட் வைக்கப்பட்டது இசைஞானிக்கே என்பதும் அவரது இசையின் ஆதிக்கம் எனலாம். இப்படிப்பட்ட ஒரு நிலை இந்திய சூழ்நிலையில் எந்தவொரு இசையமைப்பாளனுக்கும் கிட்டவில்லை. 'கட் அவுட்' கலாச்சாரம் சரியா, தவறா என்ற விமர்சனங்களுக்கு அப்பால் ஓர் இசையமைப்பாளனுக்கு வைக்கும் தகுதியும், திறமையும் அவரிடம் இருந்தன என்பதை யாரும் மறுத்துவிடவும் முடியாத அளவில் அவரது இசை வீச்சு இருந்தது.

இவரது கட்டுக்கடங்காத, மிதந்து வரும் இசை அலைகளுக்கும், கற்பனை வளத்துக்கும் ஈடு கொடுக்க பாடலாசிரியர்களால் முடியவில்லை. அதனால் பாடல் எழுதுவது என்பது அர்த்தமற்ற சடங்குகளாக்கப்பட்டன.

இசை என்பது தனி மொழி என்பது இசைஞானியின் வருகைக்குப் பின்னர்தான் ஏற்பட்டது. மொழியின் மாயைகளை எல்லாம் இவரது இசை இலகுவாகக் கடந்து விடுவதால், தடுமாறும் பாடலாசிரியர்களுக்கு அவரே அடி எடுத்துக் கொடுக்கும் நிலையும் நடந்தேறியுள்ளது. மெட்டுக்களுக்கு ஈடு கொடுக்க முடியாத 'கவிஞர்கள்' ராஜா, ரோஜா, மயிலே, குயிலே எனவாக ஏதேதோ எல்லாம் எழுதி தள்ளியிருக்கிறார்கள்.

தமிழில் இயல், இசை, நாடகம் என்பது கலையின் வரிசைப்படுத்தலாகும். படைப்பாற்றலில் முன்னிறுத்தப்பட்ட இயல் (கவிதை) பின்னுக்குத் தள்ளப்பட்டதையிட்டு பாடலாசிரியர்களை பின்னுக்குத் தள்ளுவதாக இளையராஜா மீது குற்றச்சாட்டு வைக்கப்பட்டது.

அவருக்கு முன்பிருந்த இசையமைப்பாளர்கள் எல்லாம் பாட்டுக்கு இசையமைத்தது போலவும், இளையராஜா மட்டுமே தன்னுடைய மெட்டுக்கு பாடல் எழுத பாடலாசிரியர்களை

நிர்ப்பந்திப்பதாகவும் செய்திகள் பரப்பப்பட்டன. தமிழ்த் திரையிசையில் வெளிவந்த 99 வீதமான பாடல்கள் எல்லாம் மெட்டுக்கு எழுதப்பட்டவையே என்பதையும், அதில் 'பெரிய கவிஞர்கள்' என்று பெயர் எடுத்தவர்கள் எல்லாம் மெட்டுக்கு பாடலை விரைவாக எழுதக்கூடியவர்களாக இருந்ததாலேயே அவ்விதம் பெயர் எடுத்தார்கள் என்பதையும் கொஞ்சம் சிரத்தை எடுத்தால் அறிந்து கொள்ள முடியும்.

இசை என்பது மொழியின் எல்லைகளை எல்லாம் கடந்த, தன்னளவில் மிக உயர்ந்த கலை என்ற நிலை இளையராஜாவின் காலத்தில் அவரது இசையால் உருவானது.

படைப்பாற்றல் மிக்க ஒரு முழுமையான ஒரு கலைஞனாக அவரைக் குறிப்பிடலாம். மேலை நாட்டில் கலைஞர்கள் பெரும்பாலும் தாங்களே பாடல்களை எழுதி இசையமைத்துப் பாடுவார்கள். அந்த வகையில் இந்தியாவில் அவரே பாட்டெழுதுவது, இசையமைப்பது, பாடுவது போன்றவற்றால் முழுமையான கலைஞனாக விளங்குகிறார். எனக்குத் தெரிந்த வகையில் ஹிந்தி இசையமைப்பாளர் ரவீந்திரஜெயின் என்பவர் பாடலாசிரியராக இருப்பவர். ஆனால் அவர் பாடி நான் கேட்டதில்லை. இளையராஜா பாடல்களையும் மிகச் சிறப்பாக பாடுவார். உணர்ந்து பாடுவது அல்லது இதயத்தால் பாடுவது, அல்லது ஆத்மாவால் பாடுவதென்பதை அவர் எழுதி இசையமைத்துத் தானே பாடிய 'இதயம் ஒரு கோவில்– அதில் உதயம் ஒரு பாடல்' (படம்: இதயக்கோயில்) என்ற பாடலில் துல்லியமாகக் கேட்கலாம். அதே பாடலை பாடகர் எஸ்.பி.பாலசுப்ரமணியமும் பாடியிருக்கிறார் (இளையராஜாவின் பாடல் போல் அல்லாமல் வெறும் அலங்காரம் அதில் வெளிப்படும்), எனினும் இளையராஜாவின் பாடல் உள்ளத்தால் பாடிய பாடல் என்பதை நாம் துல்லியமாய் கேட்கலாம். இதே தன்மையை 'நானாக நான் இல்லை தாயே' என்ற பாடலிலும் நாம் வதானிக்கலாம். எத்தனையோ பாடல்களை இதற்கு உதாரணமாகக் கூறலாம்.

தமிழக நாட்டுப்புற இசை, கர்நாடக இசை போன்றவற்றுடன் மேலைத்தேய செவ்வியல் இசை அவரது இசைக்கு முக்கிய அகத்தூண்டுதலாக இருந்தது.

இசை ஒரு சமூகத்தின் பண்பாட்டு விளைபொருள் என்றால், அப்படிப்பட்ட இசை மற்றொரு பண்பாட்டிலிருந்து வரும் இசையுடன் கலப்பது அல்லது இணைப்பது என்பது இலகுவான காரியமல்ல. இரு வேறு நிலைப்பட்ட, பண்பாட்டுப் பின்னணியைக்

கொண்ட இசையை கலப்பது என்பது இரண்டு இசையையும் கற்று தெளிந்தவர்களுக்கே சாத்தியமாகும். குறிப்பாக ஹார்மோனியத்தை அடிப்படையாகக் கொண்ட மேலைத்தேய செவ்வியல் இசையை நமது இசையுடன் கலந்து, இணைத்து அவர் தந்த இசை, உலக இசைக்கு கிடைத்த புது இசை எனலாம். குறிப்பாக பாடல்களுக்கிடையில் அவர் கொடுத்திருக்கும் இடை இசைகளைப் போல எங்கும் கேட்டிருக்க முடியாது.

பாடலின் இடையிசை மட்டுமல்ல, அவர் இசையமைத்த படங்களின் பின்னணி இசையையும் ஒரு தொகுப்பாகத் தொகுத்தால், அவை உலக இசைக்கு ஒரு புதிய வகையான இசையாக அமையும் என்பதில் சந்தேகம் இருக்கமுடியாது. அப்படிப்பட்ட ஓர் அழகும், இனிமையும் நிறைந்த இசையை உலகில் எங்கும் கேட்டிருக்கவும் முடியாது. மேலைநாட்டு செவ்வியல் இசையில் ஞானமும், பரிச்சயமும் இருந்ததாலும் அவற்றில் நிறையப் பரிசோதனை செய்யும் பேராசை, ஆர்வம் அவரை இயக்கியிருக்கிறது. அந்தப் பரிசோதனைகளில் அவர் தானும் பயின்று நம்மையும் மகிழ்வித்திருக்கிறார்.

வாத்திய இசைக் கலவைகளில் அவர் வடித்துத் தந்திருக்கும் வித விதமான, மனதை வருடுகின்ற, வார்த்தையால் வர்ணிக்க முடியாத, கற்பனைகளின் உச்சங்களான இசைத் துணுக்குகளை எல்லாம் கேட்டால் அவரது இசையின் வேட்கை எப்படிப்பட்டது என்பது புரியும். அந்தவகையில் அவருக்குச் சமதையாக யாரையும் முன் நிறுத்த முடியாது. அவை கற்பனையின் சிகரங்கள் என்றுதான் சொல்லத் தோன்றுகிறது.

இவ்விதம் விதவிதமான நாதக் கனலின் கலவைகளை, வெவ்வேறு விதமான, பல வகைப்பட்ட வாத்தியங்களை வைத்து அவர் நிகழ்த்தியிருக்கும் நாத வினோதங்கள் என்றும் இனிமையில் திளைக்க வைப்பவையாகும்.

வாத்தியங்களிடையே ஒரு சமத்துவ நிலையைக் காண்பித்து அதில் ஒரு ஜனநாயகப் பண்பை சாவகாசமாகக் காட்டியிருப்பார். வாத்தியங்களுக்கிடையே ஏற்றத் தாழ்வில்லை. இசையின் போக்குக்கு, அதன் வெளிப்பாட்டிற்கு ஏற்ப, வாத்தியங்களின் சேர்க்கையை அவர் கையாளும் முறையில் அவர் ஒரு மகா சிற்பி.

இசையில் அவருக்கு இருக்கும் தீவிரம், ஆற்றல்தான் அவர் இது போன்ற அற்புதங்களை அனாயாசமாக தருவதைச் சாத்தியமாகியிருக்கிறது.

பாடல்களில் பலவிதமான உணர்வு நிலைகளுக்கு ஏற்ப, வாத்தியங்களை அவர் பிரயோகித்திருக்கும் முறையை ஒவ்வொரு பாடலிலும் கேட்டு அதிசயிக்கலாம். அதிலும் ஒவ்வொரு வாத்தியங்களிலும் என்னென்ன விதங்களில் எல்லாம், கலா நேர்த்தியுடன் இடையிசையை வழங்கியிருக்கிறார் என்பதை இன்றும் மிக இளமையுடன் துள்ளிச் செல்லும் அவரது பாடல்களில் கேட்டு ஆச்சரியப்படுகிறோம்.

அவற்றைப் பாடல்களுடன் கேட்பது முழுமையான இன்பம். ஆனால் இடையிசையை தனியே பிரித்தெடுத்துத் தனியே கேட்கும் போது அதன் இனிமையும், அவரது கலாமேதமையையும் உணரலாம். ஏனெனில் அப்போதுதான் அதில் முழுக் கவனமும் நம்மால் செலுத்த முடியும். இல்லை என்றால், பாடலின் இனிமையில் மெய்மறந்து போக நேரிட்டு விடும். வாத்தியங்களின் அரசன் என்று வர்ணிக்கப்படும் வயலின் என்ற வாத்தியத்தை அவர் எத்தனையோ விதங்களில் பயன்படுத்தி சாதனை படைத்திருக்கிறார். அதன் வீரியத்தை நாம் ஒவ்வொரு பாடலிலும் கேட்கலாம்.

அவர் ஒருபடத்தில் எத்தனை விதவிதமாக பாடல்களைத் தந்தாலும் அவை போல மீண்டும், மீண்டும் வராமலும் பார்த்திருக்கின்றார்.

தொல்காப்பியர் கீழ்க் கண்ட பாடலில் சொல்வார்.
சிதைவெனப் படுபவை வசையற நாடில்
கூறியது கூறல்; மாறுகொளக் கூறல்;
குன்றக் கூறல்; மிகைபடக் கூறல்;
பொருளில கூறல்; மயங்கக் கூறல்;
கேட்போர்க் கின்னா யாப்பில் ஆதல்;
பழித்த மொழியான் இழுக்கக் கூறல்;
தன்னா னொருபொருள் கருதிக் கூறல்;
என்ன வகையினும் மனங்கோ ளின்மை;
அன்ன பிறவும் அவற்றுவிரி யாகும்.   (தொல். 110)

கூறியது கூறல், மாறுகொளக் கூறல், குன்றக் கூறல், மிகைபடக் கூறல், பொருளில கூறல், மயங்கக் கூறல் இலக்கியத்திற்கு மட்டுமல்ல, இசை போன்ற கலைகளுக்கும் பொதுவானதாக உள்ளது எனலாம். இந்த வழுக்களை மிக நுட்பமாகத் தவிர்த்திருக்கிறார் இளையராஜா.

அவர் நினைத்திருந்தால அவர் போட்ட மெட்டுக்களையே திருப்பித் திருப்பி வெவ்வேறு விதமாகப் போட்டிருக்க முடியும்.

மேலைத்தேய இசையில் CounterPoint (மெட்டுக்குள் மெட்டு) என்று சொல்லப்படுகின்ற–ஒரு சிக்கலான– மேலைத்தேய இசையமைப்பாளர்களில் மிகவும் திறமைமிக்கவர்களால் கையாளப்படும், மிக இனிமையானதுமான ஓர் இசை நுட்பம்– அதில் சிறந்து விளங்கியவர் Johannes Sebastian Bach *(1665– 1750)* என்ற சிம்போனி இசை மேதை.

அந்த இசை முறையை இளையராஜா ஒரு சில தமிழ் பாடல்களில் முழுமையாகச் செய்து காட்டியிருக்கிறார். கீழ் கண்ட பாடல்களில் முழுமையாக இந்த முறையைப் பயன்படுத்தி வெற்றி கண்டிருக்கிறார்.

1. 'என் கண்மணி உன் காதலி' (படம்: சிட்டுக்குருவி–*1978*) இந்தப் பாடல் பற்றிய சுவையான தகவலையும் இளையராஜா சொன்னார்: "இந்த CounterPoint (மெட்டுக்குள் மெட்டு) முறையை இந்த பாடல் காட்சிக்கு பொருத்தமாக வந்தபோது, கவிஞர் வாலிக்கு இந்த இசை முறை பற்றி விளக்கியபோது, அவருக்கு ஒன்றுமே புரியவில்லை... பின் நானே ஒரு பாடலை முன்மாதிரியாக எழுதிக்காட்டி விளக்கிய பின்னர்தான் அவர் முழுமையாக அந்தப் பாடலை எழுதினார்."

2. 'பூமாலையே தோள் சேரவா' (படம்: பகல் நிலவு)

3. 'தென்றல் வந்து தீண்டும் போது' (படம்: அவதாரம்)

இந்த மெட்டுக்குள் மெட்டு முறையை ஒவ்வொரு பாடல்களில் வரும் இடை இசையிலும் வாத்தியங்களிலும் விதம் விதமாகவும், கோரஸ்களில் விதவிதமாகவும் நூற்றுக்கணக்கான பாடல்களில் வார்த்தையால் வர்ணிக்க முடியாத அளவு மெட்டுக்குள் மெட்டுகளை அள்ளி வீசியிருப்பார் இசைஞானி. விதம் விதமான நிறங்களை தான் விரும்பிய கோணங்களில் நிறுத்தி உணர்வுகளை வெளிப்படுத்தி இருப்பார். மரபு ராகங்களை நவீன இசைக்குள் குறிப்பாக ஹார்மொனி இசைக்குள் இழுத்து வந்த இவரது கலா மேதமைத்தனம் இவருக்கு முன்பும், பின்பும் எவருக்கும் இல்லை. கண்ணுக்கு எட்டிய தூரத்திலும் தென்படுவதாய் தெரியவில்லை.

சிறுகதையில் புதுமைப்பித்தன், புராதன கதைமாந்தரை உலாவவிட்டதைப் போல, தனக்கு முன்பிருந்த இசை மேதைகளின் படைப்புக்களை தனது இசையில் தோரணைகளாக உலவ

விட்டு, தனது படைப்புக்களுக்கு உத்வேகம் மூட்டி நம்மை இனம் புரியாத பரவசத்திற்கு உள்ளாக்கியவர் இளையராஜா! தனக்குக் கிடைத்த சந்தர்ப்பங்களில் தன்னையும் விஸ்தரித்துக் கொண்டு, தான் கற்றவற்றிலிருந்து பெற்ற அனுபவம் மட்டுமல்ல, தனது ஆளுமையால் இசையில் புதிய பரிமாணங்களை செய்து காட்டினார்.

ஜி.ராமனாதனின் பாடல்களையும், சி. ஆர். சுப்பராமனின் பாடல்களையும், விஸ்வநாதன் ராமமூர்த்தியின் பாடல்களையும் இவர்களைப் போலவே இன்னும் பல இசைமேதைகளின் பாடல்களை எல்லாம் தோரணங்களாக்கி, எல்லோரும் இலகுவில் கண்டுபிடிக்க முடியாதவாறு இசையில் ஒரு புத்துணர்ச்சியை, விழிப்புணர்வை ஏற்படுத்தினார். பாடல்களில் சௌந்தர்யத்தையும், நெகிழ்வையும், உருக்கத்தையும், களிப்பையும், நகைச்சுவையையும், நுட்பமாகவும், அநாயாசமாகவும் செய்து தனது மேதைத்தனத்தை நிரூபித்தவர் இசைஞானி இளையராஜா. அகத்தூண்டுதலாக அவை எடுத்தாளப்பட்டாலும் கேட்பவர்கள் நெகிழும் வண்ணம், ஆச்சரியப்படும் வண்ணம், குதூகலிக்கும் வண்ணம் இருக்கும். கைதேர்ந்த கலா மேதமை அவரது தனித்துவமாகும்.

ஜி.ராமநாதன் இசையமைத்த சக்கரவர்த்தி திருமகள் (1957) படத்தில் இடம் பெற்ற 'சங்கத்துப் புலவர் பலர்' என்ற பாடலை அகத்தூண்டலாகக் கொண்டு 'சாதி மத பேதமின்றி சண்டை சிறு பூசல் இன்றி சகலரும் செல்லும் சினிமா' (பாடியவர்: இளையராஜா) பாடலில் மேற்சொன்ன என்.எஸ்.கிருஷ்ணன் பாடலின் நையாண்டித் தன்மை நிறைந்திருக்கும்.

சி. ஆர். சுப்பராமன் இசையமைத்த தேவதாஸ் படத்தில் இடம் பெற்ற 'ஓ... ஓ... ஓ தேவதாஸ்...' என்ற பாடலை (பாடியவர்கள்: கண்டசாலா - ராணி) ஆதாரமாக வைத்துக் கொண்டு,

1. 'அடி வான் மதி என் பார்வதி'- (படம்: சிவா-1989)

2. 'பாரி ஜாதப் பூவே அந்தக தேவ லோக தேனே'-(படம்: என் ராசாவின் மனசிலே-1991)

3. 'ஓ... பாட்டி நல்ல பாட்டி தான்' (படம்: இதயம்-1991)

போன்ற பாடல்களை அற்புதமாக அமைத்ததுடன், வாத்திய இசையால் நம்மை புதிய உலகத்திற்கும் அழைத்துச் சென்றிருப்பார். தேவதாஸ் பட பாடலின் அந்த டியூன் நமக்கு பரிச்சயமாயிருந்தாலும், அதையும் தாண்டி பல்வேறு நிலையில் அது புதுப் பாடலாகி

விட்டது. அந்த பாடலில் நம்மை வைத்து புதிய உலகத்தைச் சுற்றி காட்டியது போல, நமக்கு தெரிந்த டியூன்தான் எனினும், நமக்கு தெரியாத ஆச்சரியங்களும் வெளிப்படுத்தும் விநோதங்களும் அதில் இருக்கும். கீழ்க் கண்ட பாடலிலும் இது போன்ற செய்திகள் உள்ளன.

4. 'முதன் முதலாக காதல் டூயட் பாட வந்தேனே' *(படம்: நிறம் மாறாத பூக்கள்)*– இந்தப் பாடலின் நடுவே 'எழிலார் சிற்பமாக என் எதிரில் நாணி மறைந்திடுவாள்' என்ற வரிகளைக் கொண்ட 'தேவதாஸ் படப் பாடலான' சந்தோசம் தரும் சவாரி போவோம்' என்று தொடங்கும் பாடலின் வரிகளை அனாயாசமாக பயன்படுத்தியிருப்பார். அதுமட்டுமல்ல, நவீனமான ஒரு இசைகோர்ப்பின் நடுவிலே நாடகத்தன்மைமிக்க ஆர்மோனிய இசையின் நளினமும் கலந்து உற்சாகம் ஊட்டி பிரமிக்க வைக்கும் பாடலாக்கியிருப்பார்.

5. 'தரைமேல் பிறக்க வைத்தான்'– *(படம்–படகோட்டி –1964–இசை: விஸ்வநாதன்– ராமமூர்த்தி)* என்ற பாடலை அகத்தூண்டலாகக் கொண்டு (Inspiration) 'கடலிலே எழும்புற அலைகளைக் கேளடி ஓ மானே'– *(படம்: செம்பருத்தி–1991)* என்ற பாடலை இளையராஜா இசையமைத்தார்.

இவை இசையில் நனவோடை உத்தி எனலாம். நினைவுப் பாதையில் மேல் மன எண்ணத்தின் செயல்பாடாகவும், அடிமன எண்ணத்தின் செயல்பாடாகவும் அமையும் முறை. இந்த உத்தி இலக்கியத்தில் பயன்படுத்தப்பட்டுள்ளது. இது அலை, அலையாக எழும் உள் மன எண்ணங்களைச் சித்தரிக்கும் முறை என்பர்.

6. 'நான் பார்த்ததிலே அவள் ஒருத்தியைத் தான்'*–(படம்: அன்பே வா –1968–இசை: விஸ்வநாதன்)* என்ற பாடலை அகத்தூண்டலாகக் கொண்டு 'புது மாப்பிள்ளைக்கு நல்ல யோகமடா'– *(படம்: அபூர்வ சகோதரர்கள்–1990)* என்ற பாடலை, அதன் சந்தத்தை மட்டும் வைத்துக் கொண்டு 'ராக் அண்ட் ரோல்' பாணியில் யாரும் கண்டுபிடிக்க முடியாதவாறு அமைத்தார்.

7. 'சித்திர பூவிழி வாசலிலே யார் வந்தவரோ'– *(இதயத்தில் நீ–1963–இசை: விஸ்வநாதன் ராமமூர்த்தி)* இந்தப்பாடலின் பாதிப்பை கீழ் உள்ள பாடலில் கேட்கலாம். 'கொட்டி கிடக்குது செல்வங்கள் பூமியிலே' *(தீர்த்தக் கரையினிலே–1987–இசை: இளையராஜா)*

தமிழ் நாட்டுபுற இசையின் நுண்ணிய அழகுகளை எல்லாம் தன் இசை மூலம் காட்டிய அதே வேளையில், அதன் நுண் விவரணைகளின் மூலம் தமிழ்ச் செவ்வியல் இசையின் (கர்நாடக இசை) ராகங்களைக் காட்டி, நாட்டுப்புற இசையின் செம்மைப்படுத்தப்பட்ட ஒரு வடிவம்தான் தமிழ் செவ்வியல் இசை (கர்நாடக இசை) என்பதை எத்தனையோ பாடல்களில் ஆணித்தரமாக நிரூபித்தவர் இளையராஜா.

செவ்வியலிசை என்பதே நாட்டுப்புற இசையிலிருந்து வளர்ந்தவைதான் என இசையறிஞர்கள் உலகளாவியரீதியில் நிறுவினாலும், தமிழ்ச் சூழலில் அதைச் சாமான்யனும் அறியும்படி செய்தவர் இளையராஜாவே!

சிந்துபைரவி (1984) படத்தில், 'பாடறியேன் படிப்பறியேன்' என்ற பாடல் மூலம் ஒரு காட்சி வரும். அது நாட்டுப்புற இசையிலிருந்து தான் கர்நாடக இசை வந்தது என நிரூபிக்கும் அந்தக் காட்சியை யாரும் மறந்திருக்க மாட்டார்கள்.

அதுமட்டுமல்ல, நாட்டுப் புறப்பாணியில் அவர் இசையமைத்த நூற்றுக்கணக்கான பாடல்களிலும் ராகங்கள் இருக்கும். அந்த ராகங்களை எல்லாம் இழுத்து வந்து நாட்டுப்புறச் சாயம் போட்டு விட்டிருப்பார்.

இவ்விதம் மெட்டுக்களை நுட்பமாக மாற்றுவதை மெல்லிசை மன்னர் விஸ்வநாதன் 'வேட்டிக்கு சாயம் பூசுவது போல' என்பார்.

'நெஞ்சம் மறப்பதில்லை'– (படம்: நெஞ்சம் மறப்பதில்லை –1963– இசை: விஸ்வநாதன் ராமூர்த்தி) என்ற பாடலின் ஹம்மிங்கை அகத்தூண்டலாகக் கொண்டு 'வான் உயர்ந்த சோலையிலே'– (இதயக்கோயில்). பாடலை அமைத்திருப்பார் இளையராஜா.

இந்த மாதிரியான இசையில் அகத்தூண்டுதல் போன்ற விடயங்களை, நுட்பங்களை எல்லாம் பொது ஜனங்களுக்கு வெளிப்படையாகச் சொன்னவரும் இளையராஜா தான்! மக்கள் மத்தியில் இசை பற்றிய ஒரு விழிப்புணர்வும், விரிந்த பார்வையும் அவரின் வருகையால் ஏற்பட்டது என்பது மறுக்கமுடியாத உண்மையாகும்.

மதுரையில் 1987 இல் நடைபெற்ற, ஆர்மேனியாவில் இடம் பெற்ற பூகம்பத்தால் பாதிக்கப்பட்ட மக்களின் நிவாரண நிதிக்காக நடைபெற்ற இசை நிகழ்ச்சியில் மூத்த இசையமைப்பாளர்களான

கே.வி.மகாதேவன், எம்.எஸ்.விஸ்வநாதன் முன்னிலையில், விஸ்வநாதன் ஒரே சந்தத்தில் அமைந்த பாடல்களை எல்லாம் எப்படி, எப்படி வெவ்வேறு பாடல்களாக மாறினார் என்பதை அவர்கள் முன்னிலையில் பாடிக் காண்பித்தார். அதனை விஸ்வநாதன் "இது நமது தொழில் ரகசியம், அதை இங்கே பேசக்கூடாது" என்று நகைச்சுவையாய் கூறிவிட்டு, தானும் எப்படி எப்படி எல்லாம் மாற்றினேன் என்று சில பாடல்களைப் பாடியும் காட்டினார்.

அன்று இளையராஜா அந்த மேடையில் பாடிக் காட்டிய ஒரே சந்தத்தில் அமைந்த பாடல்கள வருமாறு.

1. 'வீடு வரை உறவு வீதி வரை மனைவி காடு வரை பிள்ளை கடைசி வரை யாரோ' (படம்: பாத காணிக்கை)

2. 'பேசுவது கிளியா பெண்ணரசி மொழியா கோவில் கொண்ட சிலையா கொத்துமலர் கொடியா' (படம்: பணத்தோட்டம்)

3. 'மாம்பழத்து வண்டு வாசமலர் செண்டு யார் வரவை கண்டு வாடியது இன்று' (படம்: பந்தபாசம்)

இந்த மூன்று பாடல்களையும் அந்தந்த மெட்டிலும், அதே சமயம் அடுத்த பாடல்களின் மெட்டிலும் பாடலாம்.' வீடு வரை உறவு வீதி வரை' என்ற பாடலின் மெட்டை வைத்துக் கொண்டு மற்ற இரண்டு பாடல்களையும் பாடலாம். அதே போலவே ஒவ்வொரு பாடல்களையும் அவ்விதமே அடுத்தடுத்த பாடலின் மெட்டில் பாடலாம். சந்தம் ஒன்றாக இருக்கும். இந்த பாடல்களின் அமைப்பு முறையை இளையராஜா பின்னர் பல மேடைகளிலும் பாடிக் காட்டியிருக்கிறார்.

இவை எல்லாம் ஒரே சந்தத்தில் அமைந்த பாடல்கள் ஆகும். சந்தப்பாடல் பற்றிய குறிப்புக்களை தொல்காப்பியம் போன்ற பழந்தமிழ் இலக்கியங்களில் காணலாம். அது தனியே ஒரு துறையாகக் கருதப்படுகிறது. அவை வண்ணப் பாடல்கள் என்றும் அறியப்படுகின்றன. இந்த வண்ணப் பாடல்களில் சமயக் குரவரான சம்பந்தர் வியக்கத்தக்க பாடல்களை எழுதியுள்ளார். அருணகிரிநாதரும் சிறப்பான சந்தக் கவிதைகளை தந்தவராவார். அருணகிரிநாதரின் 'ஏறுமயில் ஏறு விளையாடும் முகம் ஒன்று' சந்தப் பாடலை அடிப்படையாகக்கொண்டு இளையராஜா 'மாங்குயிலே பூங்குயிலே சேதி ஒன்று கேளு' என்ற கரகாட்டகாரன் படப்பாடலை நாட்டுப்புறப்பாங்கில் தந்தார். அந்தப் பாடல் மிகப்பெரிய வெற்றிப் பாடலாகும்.

நாட்டுப்புற இசை என்றாலே, "எல்லாம் வெறும் தன்னானே, தன்னானே தானே என்பதைத் தவிர அதில் என்ன இருக்கிறது?" என்று தம்மை மேன்மக்களாக கருதிய அறிவுஜீவிகளின் வம்பு பேச்சுக்களும், அவரது இசையை உட்செரிக்க முடியாதவர்களின் எள்ளி நகையாடல்களும் நர்த்தனம் ஆடின. 'நிதி சால சுகமா–ராம நி சந்நிதி சேவ சுகமா' (அதாவது காசு சம்பாதிப்பது நல்லதா? இல்லை உன் சந்நிநிதியில் சேவை செய்வது நல்லதா?) என்று பாடி "காசுக்காக பாட மாட்டேன், மன்னனையும் புகழ்ந்து பாட மாட்டேன்" என்று சங்காரம் செய்த தியாகய்யரை பெருமையாக, முன் மாதிரியாகக் காட்டி விட்டு, "ஒரு கச்சேரிக்கு இவ்வளவு தொகை தந்தால் தான் கச்சேரிக்கு வருவேன்" என்று தியாகய்யரின் 'கொள்கைகளை' குழி தோண்டிப் புதைத்தவர்கள் இளையராஜாவை எதிர்த்தார்கள்.

50 கீர்த்தனைகளை வைத்துக் கொண்டு பிழைப்பை நடாத்தியவர்கள், நாட்டுப்புற இசையின் வல்லமையை காட்டிய இளையராஜா மீது 'அறம்' பாடினார்கள். 1977, 1978 காலங்களில் 'இதயம் பேசுகிறது' என்ற வார இதழில் கர்நாடக இசையின் கொடுமுடி என்று கருதப்பட்ட இசை விமர்சகர் சுப்புடு, இளையராஜாவை தாக்கி எழுதிக் கொண்டிருந்தார். அதில் வெளிப்பட்டதெல்லாம் காழ்ப்புணர்ச்சி தவிர, வேறொன்றுமில்லை. பிற்காலத்தில் அதே சுப்புடு இளையராஜாவை புகழ்ந்து தள்ளியிருக்கிறார். சுப்புடுவுடன் நேரடியாகப் பழகிய ராகவன் தம்பி என்பவர் பின்வருமாறு எழுதுகிறார்:

'பிற்காலத்தில் சுப்புடு இளையராஜா பற்றிய தன்னுடைய கருத்துக்களை முற்றிலும் மாற்றிக் கொண்டார். நேர்ப்பேச்சில் ஒருமுறை "உண்மையாவே அவன் ராகதேவன் தான்யா... அவனை மாதிரி கல்யாணியையும், ஹம்சானந்தியையும் இப்படிக் கும்பாபிஷேகம் பண்ணி அசத்த முடியாதுய்யா..." என்பார். இது தவிர இளையராஜாவின் 'செந்தூரப்பூவே' பாடலை சுப்புடு சொக்கிப் போய்க் கேட்டதை நான் கண்டிருக்கிறேன்.'

அதையெல்லாம் தாண்டி கர்நாடக இசை தனக்கு சாதாரணம் என்பது போல, அதில் பயன்படும் ராகங்களை வைத்து பல அற்புதங்களை செய்துகாட்டினார் இளையராஜா. அதுமட்டுமல்ல, கர்நாடக இசைக்கு ஒரு புதிய ராகத்தையும் கண்டுபிடித்து வழங்கியுள்ளார். அந்தராகத்தின் பெயர் பஞ்சமுகி என்பதாகும். 'எல்லாம் வெறும் தன்னானே, தன்னானே தானே' என்று சொன்னவர்களுக்குப் பதிலடியாக நாட்டுப்புற இசையின்

சிறப்புக்களை அங்கும், இங்கும் அலைய விட்டு, தமிழ் செவ்வியலிசையின் (கர்நாடக இசை) ராகங்களில் ஊடுருவி அவற்றுடன் மேலைத்தேய செவ்வியல் வாத்திய இசையிலிருந்து புறப்படும் சௌந்தர்ய சங்கீத ஒலியைக் குழைத்து உணர்வில் தங்கவும், மனதை உருகவும் வைக்கக் கூடிய பாடல்களால் மக்களை கட்டிப்போட்டார்.

இவ்விதமான இசையை இந்தியா என்றும் கேட்டதில்லை. இதன் அடிநாதம் நாட்டுப்புற இசையிலேயே இருந்தது எனலாம். இதுமட்டுமல்ல, இசை மீதிருந்த அதீத ஈடுபாடும், இசை பற்றிய தேடலும், உலக இசை பற்றிய ஆர்வமும் அவரை அகன்ற வெளிகளில் சாதாரணமாகப் பயணிக்க வைத்தது.

தனது வற்றாத இசையார்வத்தை இசைஞானி இளையராஜா 'என் கனவும் நனவும் இசையே' என்று மிக அழகாகச் சொல்வார்.

அமுதுறிஞ்சிய இசை மூலம் தமிழ் மக்களின் இசை என்பது கர்நாடக இசை மட்டுமல்ல, நாட்டுப்புற இசையும் தான் என்பதை நிரூபித்துக் காட்டினார் இளையராஜா.

இசை ஒரு பண்பாட்டிலிருந்து உருவாகிறது என்பது உலக அளவில் ஒப்புக்கொண்ட கருத்தாகும். இந்தக் கருத்தை தமிழ் மக்கள் மத்தியில் அவர்களது இசை எது என்பதை தெளிவு படுத்திக் காட்டியவரும் இளையராஜாதான். நாட்டுப்புற இசை என்பது உலகில் தோன்றிய எல்லா இசைக்கும் அடிப்படையானது என்பதை உலக இசையாராய்ச்சியாளர்கள் ஏற்றுக் கொண்டுள்ளனர். நாட்டுப்புற இசையில் இருந்தே செவ்வியல் இசை பிறந்தது என்பது உலக அளவில் ஏற்றுக் கொள்ளப்பட்ட உண்மை. தமிழ் மொழியிலும் அவ்வாறே. எனினும் தமிழில், தமிழ் மக்களின் உழைப்பால் உருவான இசைகளைத் திருடிய கூட்டம், நாட்டுப்புற இசையை இழிவானதாகக் கருதியது. இவ்விதம் உலகில் எந்த இசையையும் யாரும் இவ்வளவு கேவலமாகக் கருதுவதில்லை. இந்த நிலையை உடைத்தெறிந்தவர் இசைஞானி இளையராஜாதான் என்பது எல்லோரும் அறிந்ததே.

'இசை என்பது ஒரு சமூகத்தின் உயர்ந்த நாகரீகத்தின் அடையாளம்' என்ற வகையில் உலக இசைக்கு ஒரு பெரிய கொடையாக கிடைத்தது தமிழ்ச் செவ்வியல் இசையான கர்நாடக இசையாகும். குறிப்பாக தமிழ் மக்கள் உருவாக்கிய ராகங்கள் உலக இசைக்கு வழங்கப்பட்ட மிகப் பெரிய கொடையாகும். அதுவும் தமிழ் நாட்டுப்புற இசை தந்த கொடை எனலாம்.

நாட்டுப்புற இசையிலிருந்து அகத் தூண்டுதல் பெற்று, அவற்றைத் தங்கள் உள்ளத்தில் தேக்கி, தமது படைப்புக்களில் மதத்தான அனுபவமாக மாற்றிய உலக இசை மேதைகளின் வரிசையில் இளையராஜாவும் இடம் பிடிக்கிறார்.

"இலக்கியத்தில் புதுமை செய்ய வேண்டும் என்றால், பாமரர்களின் மொழி நன்கு கைவரப் பெற வேண்டும்" என்பார் பேராசிரியர் சித்தலிங்கைய்யா. அது இசைக்கும் பொருந்தும் எனலாம். நாட்டுப்புற இசையின் பாதிப்புப் பெற்ற இசைக் கலைஞர்கள் பலர் மிகச் சிறந்த இசை மேதைகளாக, இசையமைப்பாளர்களாக இருந்திருக்கிறார்கள் என்பதற்கான உதாரணங்களை உலகெங்கிருந்தும் எடுத்துக் காட்டலாம். மேலைத்தேய இசையுலகில் சிம்பொனி இசை மேதைகளான மொசார்ட், ஹைடன், மொசார்ட், பீத்தோவன், டோவாரக் மற்றும் பாக், வாஹன் வில்லியம்ஸ் போன்ற எண்ணற்ற கலைஞர்களை உதாரணம் காட்டலாம்.

ஜோசெப் ஹைடன் (Joseph Haydn) அவரது குடும்பத்தின் இசையார்வத்தால் தனது இளமைக்காலம் தொட்டு நாட்டுப்புற இசையில் ஆர்வம் காட்டி வந்தார். அவரது தாய், தந்தை பாடிய நாட்டுப்புற பாடல்கள், அவரது முதுமைக்காலத்திலும் மறையவில்லை என்று அவரது சுயசரிதை எழுதிய Georg August Griesinger என்பவர் குறிப்பிட்டுள்ளார். அதுமட்டுமல்ல இளைஞராக இருந்த ஹைடன் நாட்டுப்புற இசையை சேகரிக்க வயல்களிலும் வேலை செய்தார் என்று Giuseppe Carpani என்ற எழுத்தாளர் பதிவு செய்திருக்கிறார். ஹைடன் ஜிப்சி இசையிலும் மிக்க ஈடுபாடு காட்டினார். அவரது இசைக் குழுவில் பல ஜிப்சி இனக்கலைஞர்கள் பங்களித்தார்கள். தனது இசைப் படைப்புக்களில் தேவையான இடங்களில் நாட்டுப்புற இசையை விரிவாக பயன்படுத்தியிருக்கிறார் என்று இசை விமர்சகர்கள் பாராட்டியிருக்கிறார்கள்.

மொசார்ட் (Mozart) பிரெஞ்சு நாட்டுப்புற இசையிலும் ஈடுபாடு கட்டியவர். பிரெஞ்சு நாட்டுப்புற இசையிலிருந்து அவர் பெற்ற உத்வேகம் 'Variation on the French Folk song' - Twelve Variation on 'Ah vous dirai-je, Maman' என்ற இசை உருவாகக் காரணமாகியது. இந்த இசை வடிவத்திலிருந்து உருவாக்கப்பட்டதே Twinkle... Twinkle... Little Star, Baa, Baa black Sheep போன்ற குழந்தைகளுக்கான பாடல்கள்.

பீத்தோவேன் (Beethoven) தனது ஆரம்பகால இசைப்படைப்புகளில் தான் கேட்டு மகிழ்ந்த நாட்டுப்புற இசையை, இயற்கை ஒலிகளை சிம்பொனிகளில் பயன்படுத்தியுள்ளார். அதுமட்டுமல்ல, ஆங்கிலேய, ஐரிஸ் நாட்டுப்புறப் பாடல்களிலும் ஈடுபாடு காட்டினார்.

அந்தோனியோ ட்வோரக் (Antonio Dvorak) என்ற சிம்பொனி இசைக்லைஞரும் தனது வழிகாட்டிகளான மொசார்ட், பீத்தோவன், ஹைடன் போன்று ஐரோப்பிய நாட்டுப்புற இசையிலும், இன்னும் ஒரு படி மேலே போய் அமெரிக்க நாட்டுப்புற இசையிலும் ஈடுபாடு காட்டினர். அவர் *1892– 1895* காலப் பகுதிகளில் அமெரிக்காவில் தங்கி வாழ்ந்தார். குறிப்பாக அமெரிக்கப் பூர்வீக மக்களின் இசையையும், ஆப்பிரிக்க கறுப்பின மக்களின் இசையிலும் அதீத ஈடுபாடு காட்டினார். Harry Burliegh என்ற கறுப்பின இசைக்கலைஞர் அவரால் முன்னுக்கு கொண்டு வரப்பட்டார். அவர் மூலம் கறுப்பின மக்களின் மதம் சார்ந்த இசையை (Spiritual) அறிமுகம் செய்தார். Harry Burliegh என்பவரே கறுப்பின மக்களில் தோன்றிய முதல் செவ்வியல் இசைக்கலைஞராக விளங்கினார். ட்வோரக் தனது ஒன்பதாவது சிம்போனியில் பூர்வீக அமெரிக்க மக்களின் இசையைப் பயன்படுத்தினார். Dvorak- Symphony 9'From the New World' என்பது அந்த இசை வடிவத்தின் பெயராகும்.

இந்திய அளவில், ஹிந்தி திரை உலகில் எஸ்.டி. பர்மன், ஹேமந்த் குமார், சலீல் சௌத்திரி, ஷங்கர் ஜெய்கிசன், நௌசாத், சி. ராமச்சந்திரா, ரோசன், மதன் மோகன், ஜெயதேவ் போன்ற இன்னும் பல கலைஞர்களை நாட்டுப்புற இசையில் ஈடுபாடு காட்டியதற்கு எடுத்துக்காட்டாகச் சொல்லலாம். எஸ்.டி. பர்மன், ஹேமந்த் குமார், சலீல் சௌத்திரி போன்ற இசைமேதைகள் வங்காள நாட்டுப்புற இசையிலும், சி. ராமச்சந்திரா மராட்டிய நாட்டுப்புற இசையிலும், சங்கர் ஜெய்கிசன் பஞ்சாப் நாட்டுப்புற இசையிலும் தோய்ந்ததால்தான், திரையில் திகட்டாத இசைப் பின்னல்களாக அவற்றை இழைத்து அற்புதங்களை நிகழ்த்தினார்கள்.

குறிப்பாக எஸ்.டி. பர்மன் வங்காள நாட்டுப்புற இசைக் கலைஞராக தனது இசை வாழ்வைத் தொடங்கியவர். தாகூரின் பாடல்களால் உந்துதல் பெற்றவர். பாடுவதில் வல்லவரான எஸ்.டி. பர்மன் வங்காள நாட்டுப்புற பாடல்களைப் பாடி இசைத் தட்டுக்களாகவும் வெளியிட்டுள்ளார். நாட்டுப்புறப் பாடல்களில் மட்டுமல்ல, செவ்வியலில் மெல்லிசை கலந்த பாடல்களைப் பாடுவதிலும் திறமையானவராக இருந்தார்.

அவருடைய இசையமைப்பில் உருவான பல ஹிந்தி திரைப்படப் பாடல்களில் வங்காள நாட்டுப்புற இசையின் தாக்கம் இருப்பதை நாம் கேட்கலாம். ஹிந்தி திரைப்பட இசையுலகின் மிகச் சிறந்த இசையமைப்பாளர்களில் இசைமேதை எஸ்.டி. பர்மன் மிக முதன்மையானவர் எனலாம்.

இவர் இசையமைத்த Sujatha *(1959)* என்ற படத்தில் அவர் இசையமைத்து, அவரே (எஸ்.டி. பர்மன்) பாடிய அற்புதமான பாடலான Sun mere bandhu re என்ற பாடலின் ஹம்மிங்கை அடிப்படையாக வைத்துக் கொண்டு, மெல்லிசைமன்னர்கள் விஸ்வநாதன் ராமமூர்த்தி பாகப்பிரிவினை படத்தில் இடம் பெற்ற

'தாழையாம் பூ முடித்து

தடம் பார்த்து நடை நடந்து'

என்னும் ஒரு கிராமியப் பாடலாக வடித்துத் தந்தார்கள். தமிழில் இந்தப் பாடல் சிறந்த நாட்டுப்புற இசை என்ற அந்தஸ்தைப் பெற்று விளங்குகிறது. உண்மையில் அது வங்காள நாட்டுப்புற இசையின் கொடையாகும். இந்தப் பாடலில் எஸ்.டி. பர்மன் பாடலின் ஹம்மிங் மட்டும் எடுத்தாளப்பட்டிருக்கும்.

மேலே சொன்ன எஸ்.டி. பர்மனின் பாடலின் சாயலில் இளையராஜா அமைத்த பாடல்.

'உனக்கெனத்தானே இந்நேரமா நானும் காத்திருந்தேன்'– படம்: பொண்ணு ஊருக்கு புதிசு– பாடியவர்கள்: இளையராஜா – ஜென்சி இந்த பாடலில் தோரணைகளில்சில ஒற்றுமை இருக்கிறதெனினும், முழுமையாக வெளியே தெரியாது.

அவரைப் போன்றே ஹேமந்த் குமார் என்கிற இசை மேதையும் வங்காள இசை வடிவங்களிலிருந்து உந்துதல் பெற்றவர். சி. ராமச்சந்திரா மராட்டிய நாட்டுப்புற இசையுடன் மேலைத்தேய(penny goodman) இசையைக் கலந்த முன்னோடியாவார். Albela *(1952)* படத்தில் இந்த வகைக் கலப்பு இசையைக் கேட்கலாம்.

எஸ்.டி.பர்மன் தனது அந்திமக் காலத்தில் இசையமைத்த 'ஆராதனா', 'மிலி' போன்ற திரைப் படங்களில் வெளி வந்த பாடல்கள் மெல்லிசையில் 'சாகாவரம்' பெற்ற பாடல்களாக விளங்குகின்றன.

சலீல் சௌத்திரி வங்காள நாட்டுப்புற இசையுடன், மேலைத்தேய செவ்வியல் இசை வடிவத்தையும் இணைத்து பல இனிமையான பாடல்களைத் தந்திருக்கிறார். 'மதுமதி' என்ற

திரைப்படத்தில் வரும் பாடல்களில் அவருடைய இனிமையான கலவை இசையை நாம் கேட்டு மகிழலாம். மலையாளத்தில் அவர் இசையமைத்த 'செம்மீன்' படப் பாடல்களான'கடலின் அக்கறை போனோரே', 'மானச மைனே வரு', 'பெண்ணாளே பெண்ணாளே...' போன்ற பாடல்கள் தமிழ் மக்கள் மத்தியிலும் பெரும் புகழ் பெற்றவையாகும். அந்தப் பாடல்களில் வங்காள நாட்டுப்புற இசையின் தெறிப்புக்களை நாம் கேட்கலாம்.

எஸ்.டி. பர்மன், ஹேமந்த் குமார், சலீல் சௌத்திரி, ஷங்கர் ஜெய்கிசன், நௌசாத், சி. ராமச்சந்திரா, ரோசன், மதன் மோகன், ஜெயதேவ் போன்ற இசை மேதைகளை இசைஞானி அடிக்கடி நினைவு கூறுவதும், அவர்களைப் போற்றுவதும் தற்செயலானதல்ல. இசையில் ஒருவன் சாதனை படைக்க வேண்டும் என்றால் அவனுக்கு மக்கள் இசை வசப்பட்டிருக்க வேண்டும் என்பதை தனது இசை முன்னோடிகளின் வழியில் சென்று, அவர்களையும் மீறி இசையில் பிரமிப்புக்களை செய்து காட்டியவர் இசைஞானி இளையராஜா. இந்த பிரமிப்புக்கள் தொழில் நுட்பத்தால் செய்யப்பட்டவை அல்ல.

கலையில் தொழில்நுட்பத்தின் அவசியம் குறைத்து மதிப்பிட முடியாததெனினும், தொழில் நுட்பம் மட்டும் கலையாகி விடாது. உணமையான கலை என்பது தொழில் நுட்பத்தையும் தாண்டிச் செல்வதாகும். தொழில்நுட்பத்தை வாகனமாகக் கொண்டு கற்பனையின் உச்சங்களை எல்லாம் மிகச் சாதாரணமாக தாண்டிச் சென்றிருப்பார் இளையராஜா.

அவரது மூத்த சகோதரரான பாவலர் வரதராஜன் தலைமையில், ஒன்றுபட்ட கம்யூனிஸ்ட் கட்சியின் கலைக்குழுவில் பணியாற்றிய காலங்களில் இளையராஜா பெற்ற உந்துதல், அனுபவங்கள் அவரது இசைக்கு அடிப்படையானதாக அமைந்தது எனலாம். தமிழ்நாட்டு கிராமங்களில் அவர்களது கலைக்குழுவின் கால்கள் படாத இடமில்லை என்பார்கள்.

"மாட்டு வண்டி போகாத ஊருக்குக் கூட, எங்கள் பாட்டுவண்டி போயிருக்கு. இது வெறும் வார்த்தையல்ல, பதினைந்து ஆண்டுகள் நாங்கள் பெற்ற அனுபவம், இன்று உபயோகித்துக் கொண்டிருக்கும் ஆர்மோனியப் பெட்டியை பல மைல்கள் தலையில் தூக்கி, நடந்து சென்று கிராமம் கிராமமாக பாடியிருக்கிறோம்."– என்பார் இளையராஜா.

அந்த நாளைய அரசியல் செய்திகளை எல்லாம் தேவையான இடங்களில் பாடல்களாக அமைப்பதில் சிறந்து விளங்கிய பாவலர் வரதராஜன் அவர்களின் மூலம் இசை நுட்பங்களை எல்லாம் கற்றுக் கொண்டார். இந்த நினைவுகளைப் பற்றி இளையராஜா நிறையச் சொல்லியிருக்கிறார். இவ்வாறு ஊர் ஊராராக சுற்றியதன் மூலம் மக்களின் இசையைக் கற்றதோடு, மக்களின் இரசனையையும் அறியும் வாய்ப்பையும் பெற்றுக்கொண்டார் இளையராஜா. மற்ற இசையமைப்பாளர்களுக்கு கிடைக்காத இந்த வாய்ப்பு அவருக்கு கிடைத்தது. மற்ற இசையமைப்பாளர்கள் திரையில் அறிமுகமாகி மக்களுக்கு அறிமுகமானவர்கள். இளையராஜாவோ மக்களிடம் அறிமுகமாகி, அவர்களது இரசனைகளை அறிந்து கொண்டு திரைக்கு அறிமுகமானவர். மக்கள் இசையில் நின்று கொண்டு, அவர்களே அதிசயிக்கும் வண்ணம் பல புதுமைகளைச் செய்து காட்டினார். மக்களுக்குத் தெரிந்த இசை, ஆனாலும் தெரியாத பக்கங்களையும் காட்டும் இசை வல்லுநர் ஆனார். அதனால்தான் எல்லாத் தரப்பு மக்களாலும் ஏக மனதாக ஏற்றுக் கொள்ளப்பட்டார். அவர் ஒரு சிறந்த இசையமைப்பாளர் என்பதை ஒரு பாமரனும் ஒத்துக் கொள்வான். இசைப் பண்டிதரான பாலமுரளியும் ஒத்துக் கொள்வார்.

இசையைத் தங்கள் கோரப் பிடிக்குள் வைத்திருந்த இசைச் சனாதனிகளையும் ஒப்புக் கொள்ள வைக்கும் வல்லமை அவரது இசைக்கு இருந்தது. ‘வெறும் தன்னானே... தன்னானே’ என்று எள்ளி நகையாடியவர்களின் வாய்களுக்கு அவரது இசை பூட்டு போடப்பட்டது. சினிமா இசைக்கு முழு அங்கீகாரம் கிடைத்தது. கொடுக்கும் விதத்தில் கொடுத்தால் எல்லோரும் ரசிப்பார்கள் என்பதை நிரூபித்துக் காட்டியவர் இசைஞானி இளையராஜா. பல வழிகளைக் கொண்ட, பல திசைகளைக் கொண்ட, கட்டுக்கடங்காத இசை உலகம் இளையராஜாவினுடையது. இசை பற்றிய ஆழமான புரிதலும், மரபும், நவீனம் பற்றிய விழிப்புணர்வும் கொண்டவர் இளையராஜா. இசையில் மண்வாசனை, தமிழ் செவ்வியல் இசை, மேற்கத்திய செவ்வியல் இசை, மேற்கத்திய பாப் இசை போன்ற பல்வகை இசையிலும் ஆழமான புரிதல் அவருக்குண்டு. இசையில் நுனிப்புல் மேய்வது, அதை மறைக்க நவீன தொழில் நுட்ப ஒலிகளைப் பயப்படுத்தி மக்களைப் பயமுறுத்துவது போன்ற செப்படி வித்தைகள் அவரது இசையில் கிடையாது. இசையில் நவீனம் பற்றிய ஆழமான புரிதல் கொண்டவர் இசைஞானி இளையராஜா. அவர் வளர்ந்த அளவுக்கு தமிழ்

திரைத்துறையினர் வளராததால், சப்த சித்துவிளையாட்டுக்கள், இசையில் நுனிப்புல் மேயும் சிறுபிள்ளைத்தனங்கள் படத் தயாரிப்பாளர்களுக்கும், இயக்குநர்களுக்கும் போதுமானதாக இருக்கிறது. அவருக்கு இசையில் அகத் தூண்டுதலாக பல இசை மேதைகள் இருந்திருக்கிறார்கள். தனக்கு முன்பிருந்த எல்லா இசையமைப்பாளர்களின் பாடல்களையும் நிரம்பக் கேட்டிருக்கிறார்.

எங்கோ எதிரொலித்தவற்றின் எதிரொலிகளாக இசையை ஒலிக்க விடுபவரல்ல இளையராஜா. பலவிதமான உணர்வுகளை நம்முள் எழச் செய்வது அவரது இசை. 'உணர்ச்சியில்லாமல் நல்ல இசையை வழங்குதல் சாத்தியமில்லாத ஒன்று. உங்கள் உணர்ச்சியின் முன் நீங்கள் செய்யும் தவறுகளும், குற்றங்களும் மங்கிப் போய்விடும்.'- என்பார் இசைமேதை Yehudi Menuhin. இந்த இசை மேதையின் மேற்கோளுக்கு ஒப்ப சாதாரண நான்கு வரிகளில் உள்ள ஒரு சிறிய பாடலில் கூட இசையால் உணர்ச்சியை வெளிப்படுத்தியிருப்பார் இளையராஜா. சாதாரணமாக உள்ள சில வரிகளை இசைக் காவியம், ஆக்கும் தன்மை அவரது இசைக்கு இருக்கிறது. நாயகன் படத்தில் வரும் Theme Music, இசையை எளிமையான நான்கு வரிகளை வைத்து படத்தின் ஆத்மாவைக் காட்டியிருப்பார் இசைஞானி.

God father (1972) என்ற புகழ் பெற்ற ஆங்கிலப் படத்தை தழுவி மணிரத்தினம் எடுத்து 'பெரிய' டைரக்டர் ஆன படம் கமல் நடித்த நாயகன். God father என்ற ஆங்கிலத் திரைப்படத்தில் வரும் Theme Music மிகவும் அற்புதமாக இருக்கும். அதை இசையமைத்தவர்கள் அந்த திரைப்படத்தை இயக்கியவரான Francis Ford Coppola என்பவரின் தந்தையாரான Carmine Coppola என்பவரும் Nino Rota என்ற புகழ் மிக்க இசையமைப்பாளரும் ஆவார்கள். அந்த திரைப்படத்தின் உயிர் மூச்சே அந்த Theme Music தான் என்று அடித்துச் சொல்லலாம். வார்த்தையால் வர்ணிக்க முடியாத அளவுக்கு வசீகரமும், மர்மமும், இனம் புரியாத சோகமும், இனிமையும் நிறைந்த இசை என்பேன். அந்த இசைக்காகவே அந்த படத்தை எத்தனையோ முறை பார்த்த ஞாபகம். சிசிலியன் நாட்டுப்புற இசையில் இருந்து கிடைத்த மெட்டு என்பதே எனது ஊகம். அந்த மெட்டு கீரவாணி ராகத்திற்கு மிக நெருக்கமாய் உள்ள மெட்டு.

நாயகன் படத்தின் உயிரை கீழ்க்கண்ட நான்கு வரிகளை வைத்து காவியமாக்கியிருப்பார் இசைஞானி இளையராஜா.

‘தென்பாண்டிச் சீமையிலே
தேரோடும் வீதியிலே
மான் போல வந்தவனை
யார் அடித்தாரோ...’

சாதாரண சொற்களில் எவ்வாறு கவிதை ஆற்றலை வெளிப்படுத்துவது என்பதை பாரதி அருமையாக விளக்குவான்.

‘கல்லை வைர மணி ஆக்கல்– செம்பைக்
கட்டித் தங்கம் எனச் செய்தல்– வெறும்
புல்லை நெல் எனப் புரிதல்ஞ்ஞ்’

பாரதி வரிகளுக்கு ஒப்ப சாதாரண வரிகளுக்கு இசையால் உயிர் கொடுத்துவிடுபவர் இளையராஜா.

தனக்குக் கிடைத்த சந்தர்ப்பங்களில் தன்னையும் விஸ்தரித்துக் கொண்டு, தான் கற்றவற்றிலிருந்து பெற்ற அனுபவம் மட்டுமல்ல தனது ஆளுமையால் இசையில் புதிய பரிமாணங்களைச் செய்து காட்டியவர் இளையராஜா.

இசை என்ற பேராற்றலில் வாத்தியங்களை தன் எண்ணத்திற்கும், தான் விரும்பிய இடங்களின் எல்லைகளுக்கும் சென்று, தேவையான போது கட்டுப்படுத்தவும், ரசிகர்களின் ஆழ் மனக் கடலின் இருக்கும் எண்ணங்களை, கற்பனை திறனைத் தூண்டி விடவும், அநாயசமாக இசையின் எல்லைகளை எல்லாம் தாவித் தாவி தாண்டும் ஆற்றல் பெற்ற ஓர் அற்புத இசையை வழங்குவதில் இவருக்கு ஈடு இணை யாருமில்லை எனலாம்.

மனித நுண்ணுணர்வில் உள்ளுயிர்ப்பை ஏற்படுத்தும் இயற்கை வாத்தியக் கருவிகளை வைத்து இவர் எழுப்பிய இசை ஜாலங்களுக்கு தமிழில் ஈடு இணையுண்டா? இந்தியாவில்தான் உண்டா?

அதுமட்டுமல்ல, இசை மீதிருந்த அதீத ஈடுபாடும், இசை பற்றிய தேடலும், உலக இசை பற்றிய ஆர்வமும் அகன்ற வெளிகளில் அவரைப் பயணிக்க வைத்தது.

வட இந்திய, ஹிந்தித் திரைப்பட இசை தமிழ் நாட்டிலும் ஆதிக்கம் செலுத்தி வந்த சூழ்நிலையில் இளையராஜாவின் ‘அன்னக்கிளி’ இசையால் ஹிந்தி மோகம் குறைந்தது என்பது சாதாரண விடயமல்ல. மிகத் திறமை வாய்ந்த இசையமைப்பாளர்கள் பலர் அப்போதும் இசையமைத்துக் கொண்டிருந்தார்கள். பின்னர் இளையராஜாவின் திரை இசை ஹிந்தியிலும் மெதுவாகப் பரவியது.

ஹிந்தி மொழி எதிர்ப்புக் காலத்திலும் ஹிந்தி பாடல்கள் மிகவும் பிரபலமாக இருந்தன.

இளையராஜாவின் செல்வாக்கு ஹிந்தி திரை இசையிலும் மெதுவாகப் பரவியது. அதன் வளர்ச்சி 1990 களில் அப்பட்டமாகப் பிரதி பண்ணுமளவுக்கு வளர்ந்தது. குறிப்பாக Anand Milin என்ற இசையமைப்பாளர் இளையராஜாவின் பல வெற்றிப் பாடல்களை எல்லாம் ஹிந்தி திரைப்பாடல்களாக்கியுள்ளார். அந்த வகையில் ஒரு தமிழ் இசையமைப்பாளரின் பாடல்கள் ஹிந்தியில் அப்பட்டமாகப் பிரதி எடுக்கப்பட்டது என்றால் அது இளையராஜாவின் பாடல்களையே!

இளையராஜாவின் தமிழ்ப் பாடல்கள் பல ஹிந்தி திரைப்பட இசையமைப்பாளர்களுக்கு உந்துசக்தியாக இருந்தன. சில உதாரணங்கள்.

1. ராஜா ராஜாதி ராஜன் இந்த ராஜா– (அக்கினிநட்சத்திரம்) – Tap, Tap Tapori- (*படம்:* Baagi -1990-*இசை:* Anand Milin)

2. கேளடி கண்மணி பாடகன் சங்கதி– (புது புது அர்த்தங்கள்)– chandni raat Hai- (*படம்:* Baagi-1990- *இசை:* Anand Milin)

3. இளைய நிலா பொழிகிறதே– (பயணங்கள்முடிவதில்லை 1983)– Neele Neele Ambar- (*படம்:* Kalakar- Kishore kumar *இசை:* Kalyanji anandji)

4. ஒ, ப்ரியா ப்ரியா– (இதயத்தைத் திருடாதே)– O, Piya, Piya- (*படம்:* Dil- *இசை:* Anand Milin)

5. அண்ணே அண்ணே சிப்பாய் அண்ணே– (கோழி கூவுது– 1982)– Ekh Do theen Chor- (*படம்:* tazaab-1988-*இசை:* Laxmikanth Pyarelaal)

'ஒரு நாள் உன்னோடு ஒரு நாள்'– (உறவாடும் நெஞ்சம் –1976) 'ஒரே நாள் உன்னை நான் நிலாவில்'– (இளமை ஊஞ்சலாடுகிறது–1978) 'நான் எண்ணும் பொழுது ஏதோ சுகம்'– (படம்: அழியாத கோலங்கள்–1979–இசை: சலில் சௌத்ரி) இந்த மூன்று பாடல்களிலும் ஆச்சரியமான ஒற்றுமை இருக்கிறது.

1. Danza, No1 from cancion Y danca (Antonio Ruiz Pipa) - *எந்தப் பூவிலும் வாசம் உண்டு– (முரட்டுக்காளை– இசை: இளையராஜா)*

2. My favorite Things- Sound of Music- *'பூட்டுக்கள் போட்டாலும்'– (சத்திரியன்– இசை: இளையராஜா)*

3. Singing In The Rain- *படம்:* Singing In The rain- Gene Kelly - *'ஓகோ மேகம் வந்ததோ'– (மௌனராகம்– இசை: இளையராஜா)*

4. Corazon Herido& (Wounded Heart) Composed: condzalo Vargas- rythm: Bolivia *'இவள் ஒரு இளங்குருவி'– (பிரம்மா இசை: இளையராஜா)*

5. My Mine- (Hypnotic Tango) *'ஊர் ஓரமா ஆத்துப் பக்கம்'– (இதயக்கோயில்– இசை; இளையராஜா)* இந்த பாடல் நேரடியாகத் தெரியாது. தாளம் ஓரளவு ஒத்துப் போகும்.

6. Rock Aroud The Clock *'ரம்பம் பம் ஆரம்பம்'– (மைக்கேல் மதன காம ராஜன்– இசை: இளையராஜா)*

7. Alegra En Almaguer- Les Flute Indienn syd- 'நேற்றிரவு *நடந்ததென்ன'– (இன்னிசை மழை– இசை: இளையராஜா)*

8. Legend of the gorry- Richard clayderman- Desparado- 'ஒ... *பட்டர் பிளை' – (மீரா– இசை: இளையராஜா)*

9. Money Money- Abba - *'கண்மலர்களின் அழைப்பிதழ்'– (தைப்பொங்கல்– இசை: இளையராஜா)*

10. Boney M- Sunny 1976 -*'டார்லிங் டார்லிங்'– (ப்ரியா– இசை: இளையராஜா)*

மேற்சொன்ன Boney M- Sunny *1976* என்ற பாடலின் ஒரிஜினல் வடிவம் கீழே உள்ளது.

Victor D'mario- his Orchestra-Jueves (Tango) rafael Rossi /Udenino toranzo (recorded: 1951)

11. Roses From South-J. Strauss- Arranged by: James Last

புத்தம் புதுக் *காலை– அலைகள் ஓய்வதில்லை– இசை: இளையராஜா. 02: 40* ஆவது நிமிசத்தில் ஒரு கணப் பொழுதில் வந்து போகும் இசைப்பகுதி 'புத்தம் புது *காலை'* இசைப்பகுதியுடன் இசைந்து போகும்.

12. Jezebel (Million Seller- no 2 Hit) 1951- frank Laine- The Norman Luboff *'லவ்வுன்ன லவ்வு, மண்ணெண்ணெய்'– (மீரா– இசை: இளையராஜா).* இது போன்ற ஸ்பானிய இசையை, அல்லது ஜிப்சி இசையை எம்.எஸ்.விஸ்வநாதனும் 'சம்போ சிவ சம்போ' போன்ற பாடலிலும் பயன்படுத்தியிருப்பார்.

13. Lambada இசையை அடியொற்றி 'ஊர் அடங்கும் சாமத்திலே' (புதுப்பட்டி பொன்னுதாய்- இசை; இளையராஜா)

Lambada பாடலின் மெல்லிசைப் பாங்கு 'ஊர் அடங்கும் சாமத்திலே' என்ற பாடலில் தெறிப்புகளாக விழும்.

மேலைத்தேய செவ்வியல் இசையில் இளையராஜா பெற்ற உந்துதல்:

1. Dvorak's New World Symphony, 3rd Movement - 'சிட்டுக் குருவி முத்தம் தருது' (சின்னவீடு-1985-இசை: இளையராஜா)

2. Shubert Last Symphony (1822) இந்த இசைப்பகுதியின் பாதிப்பில் உருவானது கீழ் உள்ள பாடல். நேரடியாகழீ; தெரியாது எனினும் தோரணைகளில் அதன் சாயல் தெரியும். 'இதயம் போகுதே'- (படம்: புதிய வார்ப்புக்கள்-1978- இசை: இளையராஜா) இந்த விடயம் சமீபத்தில் இளையராஜாவே சொல்லித்தான் அறிந்தோம்.

3. Mozart, 25th Symphony, 1st Movement 'வீட்டுக்கு வீட்டுக்கு வாசல் படி வேணும்'- (படம்:கிழக்கு வாசல்-1978- இசை: இளையராஜா) மேலைத்தேய சிம்பொனி இசையைக் கூட எடுத்துக் கொண்டு தமிழ் நாட்டுப்புற இசைக்கு இசைவாகழீ; தந்திருப்பது ஆச்சரியப்படுத்துவதாகும். அந்த இசையில் ஒரு மிகச் சிறிய துரும்பு தான் அது. அடஹி வைத்து விளையாடி இருப்பார். வல்லவனுக்குப் புல்லும் ஆயுதம் அது.

4. George Bizet's 1897 L'Arlésienne Suite Number One, 4th movement, called 'Carillon'-'ஏ.பி.சி. நீ வாசி'- (ஒரு கைதியின் டயரி)

5. Vivaldi four Season Spring Part 1 - 'பொன்மாலை பொழுது' (படம்: நிழல்கள்-1980-இசை: இளையராஜா) இந்த பாடலில் மேல் சொன்ன இசைப்பகுதியின் தெறிப்புகள் தெரியும். நேரிடையாக சொல்ல முடியாது. கேதார ராகத்தின் ஆளுமைக்கு இந்த பாடல் வந்து விடுவதால் புதிய பாடலாகி விடுகிறது.

இளையராஜாவின் தாக்கமில்லாத இசையமைப்பாளர்கள் யாருமில்லை என்னுமளவுக்கு, அவருடைய இசையின் தாக்கம் அவரது சமகால இசையமைப்பாளர்களிலும் இருந்தது. சில உதாரணங்களைப் பார்ப்போம்.

1. 'ஜெர்மனியின் செந்தேன் மலரே'- (உல்லாசப்பறவைகள் -1980-இசை: இளையராஜா)

'சித்திரமே உன் விழிகள்'– (படம்: நெஞ்சிலே துணிவிருந்தால்–1981– இசை: சங்கர் கணேஷ்)

2. 'உச்சி வகுந்தெடுத்து'– (படம்: ரோசாப்பூ ரவிக்கைக்காரி–1979– இசை: இளையராஜா)

'பட்டு வண்ண ரோசாவாம்'– (படம்: கன்னிப்பருவத்திலே–1979– இசை: சங்கர் கணேஷ்)

3. 'வெண்ணிலா ஓடுது'– (படம்: நாளை உனது நாள்–1984– இசை: இளையராஜா)

'கொண்டையில் தாழம் பூ'– (படம்: அண்ணாமலை–1992–– இசை: தேவா)

4. 'ராசாத்தி உன்னை காணாத நெஞ்சு'– (படம்: வைதேகி காத்திருந்தாள்–1984– இசை: இளையராஜா)

'ரோசாப்பூ சின்ன ரோசாப்பூ'– (படம்: சூரிய வம்சம்–1997– இசை: எஸ்.எ. ராஜ்குமார்)

5. 'வளையோசை கல கல கலவென'– (படம்: சத்யா–1988–இசை: இளையராஜா)

'வேலை வேலை ஆம்பளைக்கு'– (படம்: அவ்வை சண்முகி –1996– இசை: தேவா)

6. 'மழை வருது மழை வருது குடை கொண்டு வா'– (படம்: ராஜா கைய வச்சா– இசை: இளையராஜா)

'கொஞ்ச நேரம் கொஞ்ச நேரம்'– (படம்: சந்திரமுகி–2005– இசை: வித்யாசாகர்)

7. 'காட்டிலே கம்மங் காட்டிலே'–(படம்: ராஜகுமாரன்–1994–இசை: இளையராஜா)

'தாமர பூவுக்கும் தண்ணிக்கும்'– (படம்: பசும்பொன்–1995– இசை: வித்யாசாகர்)

8. 'உன்னைக் காணாமல் நானேது'– (படம்: கவிதை பாடும் அலைகள்–1990–இசை: இளையராஜா)

'ராசா ராசா உன்னை கட்டி வச்சேன்'– (படம்: மானஸ்தன்–2004– இசை: S. A. ராஜ்குமார்)

9. 'துள்ளி துள்ளி நீ பாடம்மா'– (படம்: சிப்பிக்குள் முத்து–1986– இசை: இளையராஜா)

10. 'ஆகாயம் கடல் நிறம் நீளம் தான்'– (படம்: பாசவலை–1995– இசை: மரகதமணி)

11. 'தீபங்கள் ஏற்றும் இது கார்த்திகை தீபம்'– (படம்: தேவதை–1997– இசை: இளையராஜா)

Airtel mobile advert song- இசை: A. R.ரகுமான்

12. 'ஒரே நாள் உன்னை நான்'– (படம்: இளமை ஊஞ்சலாடுகிறது–1978–இசை: இளையராஜா)

'சகானா சாரல் தூருதோ'– (படம்: சிவாஜி2007– இசை: A.R.ரகுமான்)

13. 'என்கிட்டே மோதாதே'– (படம்: ராஜாதி ராஜா–1989– இசை: இளையராஜா)

'மதுரைக்கு போகாதடி'– (படம்: அழகிய தமிழ் மகன்–2007– இசை: A.R.ரகுமான்) – 'நான் இளையராஜாவின் பாடல்களை கேட்பதில்லை' என்று பேட்டிகள் கொடுப்பவர் ஏ.ஆர்.ரகுமான்!

14. 'மனசு மயங்கும் மௌன கீதம்' (படம்: சிப்பிக்குள் முத்து–1986– இசை: இளையராஜா)

மந்திரம் சொன்னேன் வந்துவிடு– படம்: வேதம் புதிது (1987– இசை: தேவேந்திரன்)

இசையமைப்பாளர் தேவேந்திரனின் இசையமைப்பில் வெளிவந்த பாடல்கள், பலரை இளையராஜாவின் பாடல்கள் என்றே எண்ண வைத்தது. இதிலிருந்து தேவேந்திரன் எவ்வளவு தூரம் இளையராஜாவின் இசையில் கரைந்திருப்பார் என்பது புரியும்!

ரவீந்திரன் (1941– 2005) என்பவர் முக்கியமான இன்னுமொரு இசையமைபாளர். மிகச் சிறந்த இசையமைப்பாளராக மலையாள சினிமாவில் திகழ்ந்தவர். கர்நாடக இசையில் தேர்ச்சி பெற்ற ரவீந்திரன், கர்நாடக இசையுடன் மெல்லிசை கலந்த பாடல்களை மிக அற்புதமான முறையில் இசையமைத்துத் தன்னை மேதை என நிரூபித்தவர். அவர் இசையமைத்த பரதம், ஹிஸ் ஹைனெஸ் அப்துல்லா, கமலதளம், ராஜ சில்பி, சூரிய காயத்திரி போன்ற திரைப்படப் பாடல்கள் இனிமை மிக்கவையாகும். தனக்கென ஓர் பாணியை அமைத்து வெற்றி பெற்றவர் ரவீந்திரன்.

இவருடைய இசையில் வாத்தியப் பிரயோகத்தில் இளையராஜா தந்த வாத்திய இசையின் தாக்கத்தை நாம் கேட்கலாம்.

சலீல் சௌத்திரியின் இசையிலும் கிட்டார் வாத்தியக் கலைஞனாக அவர் பணியாற்றியதால் அவரின் பாதிப்பும் இருக்கிறது என எண்ணத் தோன்றுகிறது. குறிப்பாக வாத்திய இசைக்கருவிகளின் சேர்க்கைகளில் அந்த பாதிப்பு இருப்பதாக நினைக்கிறன்.

சலீல் சௌத்திரியும் மேலைத்தேய செவ்வியல் இசையில் மிக்க ஈடுபாடு கொண்ட கலைஞனாக இருந்ததும் இதற்கு ஒரு காரணமாயிருக்கலாம்.

1. Kora kagaz tha– *(படம்: ஆராதனா–1969– இசை:* S. D. *பர்மன்)*

'தேவதை ஒரு தேவதை'– (படம்: பட்டாகத்தி பைரவன்–1979– இசை: இளையராஜா)

2. Khilte hain gul yahaan- *(படம்:* sharmelee-1971-*இசை:* S. D. *பர்மன்)*

'செந்தூரப் பூவே செந்தூரப் பூவே'– (படம்: பதினாறு வயதினிலே –1977– இசை: இளையராஜா)

மேல் சொன்ன பாடலின் அகத்தூண்டுதலாக இருக்கலாம். நேரடியான சாயல் எங்கும் இல்லை... இந்த ராகம் ஆபேரி என்பதால் சில ஒற்றுமைகளும் இருக்கலாம்.

3. O... Nirdai preetam-*(படம்:* Stree-*1961– இசை: சி. ராமச்சந்திரா)*

'கண்கள் எங்கே நெஞ்சமும் எங்கே'– (படம்: கர்ணன்–1964– இசை: விஸ்வநாதன்–ராமமூர்த்தி)

'மாலையில் யாரோ மனதோடு பேச'– (படம்: சத்திரியன் –1991– இசை: இளையராஜா)

இந்த மூன்று பாடல்களில் எங்கோ சில சாயல்கள் உண்டு. நிச்சயமாக எங்கே என்று சொல்ல முடியாத அளவுக்கு உந்துதலை ஒளித்து வைத்திருக்கிறார்கள்.

அருமையான அகத்தூண்டுதல் என்று சொல்லலாம். இந்த மூன்று பாடலும் அமைந்த ராகம் சுத்ததன்யாசி ராகம். காடும், காடு சார்ந்த இடத்திற்குப் பொருத்தமான ராகம் என்பார்கள். இந்தப் பாடல்களும் காட்டுப்பகுதியிலே படமாக்கப்பட்டிருக்கும். மேலே தந்துள்ள ஹிந்தி பாடல் சகுந்தலை பாடுவதாக அமைக்கப்பட்டது.

"இந்த சுத்ததன்யாசி ராகம் சிலப்பதிகாரத்திலும் பயன்பட்டுள்ளது என்றும் கூறி பாடியும் காட்டுவார் தனது குருநாதரான தன்ராஜ்

மாஸ்டர்" என்று ஒரு பேட்டியில் இசைஞானி இளையராஜா சொல்லியிருக்கிறார். அந்த தன்ராஜ் மாஸ்டர் என்பவர் வேறு யாருமல்ல, கர்நாடக இசை என்பது தமிழ் மக்களின் இசை என்பதை ஆணித்தரமாக நிரூபித்த மாமேதை ஆப்ரகாம் பண்டிதருக்கு மிக நெருக்கமானவராக இருந்தவர்.

4. o bekarar dil ho chuka hai-*(*படம்: Khoraar-1964-இசை: Hemant kumar *)* இந்தப் பாடலில் வரும் முதல் ஹம்மிங் மட்டும் சில கணங்கள் கீழ் உள்ள பாடலில் வரும்.

'ராசாவே உன்னை விட மாட்டேன்'- (படம்: அரண்மனைக்கிளி -1992- இசை: இளையராஜா)

05. Buddham saranam gachchami-*(*படம்: angulimaal -1964-இசை: Anil biswas. இந்தப் பாடலில் வரும் முதல் பகுதி மட்டும் கீழ் உள்ள பாடலில் வரும். 'தரை வராத ஆகாய மேகம்' (சந்திரலேகா -1995- இசை: இளையராஜா)

06. Apne dil se badai dushma- *(*படம்: Betab-1983- இசை: R.D. பர்மன்) 'பொம்முக்குட்டி அம்மாவுக்கு' என்ற பாடல் மேலே உள்ள பாடலின் அகத்தூண்டுதல் என்று சொல்லலாம்.

வாத்திய இசையில் (orchestration) இளையராஜா பெற்றிருந்த அசாத்தியமான திறமை சினிமா இசைக்கு வெளியேயும் சில இசைப் படைப்புக்களை உருவாக்க உதவியிருக்கிறது. அதற்குச் சிறந்த சான்றுகளாக விளங்குபவை:

1. How to name it

2. Nothing but wind

என்ற இரண்டு சிறந்த இசைப்படைப்புக்களாகும்.

'How to name it'- (எப்படி பெயரிட்டு அழைப்பது), 'Nothing but wind' (காற்றைத்தவிர வேறில்லை) இவை மேற்கத்திய இசை, கர்நாடக இசை இணைந்த ஒரு கலப்பிசையாகும். இரண்டு வித்தியாசமான செவ்வியல் இசைகளின் உந்துதலிலிருந்து கிடைத்த இசை.

இந்த இசைத்தட்டுக்கள் வெளிவந்த வேளையில் இசைமேதை ரவிஷங்கருக்கு போட்டுக் காண்பித்த போது "இதை இந்தியன் ஒருவன் உருவாக்கியிருக்க முடியாது" என்றார். அதனை சுபின் மேத்தா கேட்க வேண்டும் என்று ரவிசங்கர் அனுப்பி வைத்த போது அந்த ஆல்பத்தைக் கேட்டு பிரமித்த சுபின் மேத்தா

"இந்த இசையமைப்பாளருக்கு எத்தனை உதவியாளர்கள்?" என்று கேட்டாராம்.

இளையராஜா தனது மானசீகக் குருவாகக் கருதும் Paul Mauriat (1925– 2006) என்கிற பிரெஞ்சு செவ்வியல் இசைக்கலைஞரின் வாத்தியஇசை அமைப்பை தனது இசையின் முன்னுதாரணமாக கருதுபவர்.

Paul Mauriat வின் இசையின் பாதிப்பு இளையராஜாவின் வாத்திய இசைச் சேர்ப்பில் இருப்பதை நாம் காணலாம். Paul Mauriat மேற்கத்திய செவ்வியல் இசையை எடுத்துக் கொண்டு நவீன இசைக் கருவிகளுடன் இணைத்துப் புதுமை செய்த இசைமேதையாவர்.

HOW TO NAME IT என்ற இளையராஜாவின் படைப்பைக் கேட்டு விட்டு "Something different and wonderfull" என்று மனம் திறந்து பாராட்டியதுடன், இதை நான் வைத்துக் கொள்ளலாமா? என்றும் கேட்டிருக்கிறார்.

இளையராஜாவின் இது போன்ற படைப்புகளின் பரிசோதனை முயற்சிகளுக்கு களம் அமைத்துக் கொடுத்தது சினிமா இசையே. அங்கு அவர் பெற்ற பயிற்ச்சியும், அதனால் அவர் பெற்ற ஞானமும், இசை பற்றிய விரிந்த பார்வையும் தான் அவரை இந்தியாவின் தலைசிறந்த இசைக்கலைஞன் ஆக்கியது.

கர்நாடக இசை ராகங்களை இளையராஜா பயன்படுத்தும் பாங்கும் அதில் பாண்டித்தியம் பெற்றவர்களும் வியப்பதாக இருக்கும். பழத்தில் பிழிந்தெடுத்த ரசமாய், ஜீவ ரசமாய், ராகங்களின் உள்ளடக்கத்தில் அவர் நிகழ்த்தியிருக்கும் அற்புதங்கள் அவரை ராஜசில்பி எனச் சொல்லும்.

இசையில் புதுமை நோக்கில் தீவிரம் காட்டியவாறே, அவற்றை எல்லாம் மரபில் நின்றே செய்து காட்டினார் என்பது இசை குறித்த அவரின் தீவிரத்தைக் காட்டும். புழக்கத்தில் இல்லாத எத்தனையோ ராகங்களது அழகின் இலயங்களை வெளிக்காட்டினார். அவரால் அவை மீளுயிர் பெற்று நிற்கின்றன. அதற்கு ஏராளமான உதாரணங்களைக் காட்ட முடியும்.

'ரீதி கௌளை' என்ற ராகத்தில் அவர் இசையமைத்த 'சின்னக் கண்ணன் அழைக்கிறான்' (படம் ; கவிக்குயில்–1977–) என்ற பாடல் ஒரு பானை சோற்றுக்கு ஒரு சோறு பதம் என்பது போல சொல்லலாம். இந்த 'ரீதி கௌளை' ராகத்தில் இளையராஜாவுக்கு

முன்பிருந்த இசையமைப்பாளர்கள் ஒரு முழுமையான பாடலில் பயன்படுத்தினார்கள் என்பது எனக்குத் தெரிந்த வரையில் இல்லை என்பேன். ராகமாலிகையாகப் பயன்பட்டிருக்கலாம் என நம்புகிறேன்.

இதே போலவே நாடகப்பிரியா ('நெஞ்சே குருநாதரின்'–படம்: மோகமுள்), பவானி ('பார்த்த விழி'– படம்: குணா), நளினகாந்தி ('என்தன் நெஞ்சில் நீங்காத'– படம்: கலைஞன்) போன்ற பாடல்களை சொல்லலாம். பிற இசையமைப்பாளர்கள் பயன்படுத்தாத ராகங்களை பயன்படுத்தி வெற்றி கண்டார்.

தமிழ் மண்ணில் வேர் ஊன்றி வளர்ந்த இசையை அடிப்படையாக வைத்துக் கொண்டு திரை இசையில் எத்தனையோ விதம் விதமான பாடல்களை அவர் தந்திருக்கிறார். அவரது இசை பற்றி இன்னும் எத்தனையோ தலைப்புகளில் கட்டுரைகளை எழுதுவதற்கான விசயங்கள் என்னுள் உள்ளன. இந்தக் கட்டுரையின் பேசுபொருளான 'அகத்தூண்டுதல்' என்பதே இளையராஜாவின் இசை ஏற்படுத்திய உந்துதலாலேயே எனக்கு எழுந்தது. பல விதமான இவரது பாடல்கள் இசை பற்றிய புத்துணர்வை என்னுள் ஏற்படுத்தியதை அழுத்தமாகப் பதிவிடுகிறேன்.

இனிமையான மெட்டுக்களைத் தந்த இசை மேதைகளின் இசைச் சாறுகளை எல்லாம் பிழிந்தெடுத்து. அதன் உன்னதங்களை எல்லாம் தனது அழகியல் மிக்க இசையால் நமக்குத் தொய்வில்லாமல் தந்தவர் இசை மேதை இளையராஜா. அவரது இயல்பான திறமையும், கடின உழைப்பும் தந்த பலன்களை நாம் மட்டுமல்ல, இனி வரும் சந்ததிகளும் அனுபவிக்கப் போகிறார்கள்.

என்னதான் உலக இசை மற்றும், மேற்கத்திய இசையால் அவர் உந்துதல் பெற்று இசையமைத்திருந்தாலும், அதனை நமது இசைக்கு ஏதுவாக அமைத்துப் புதுமை செய்தார். அவற்றில் பிறநாட்டின் சிறப்பான இசை வகைகளை இழுத்து வந்து நம் முன் நிறுத்தினாலும், அவை நம்மீது ஆதிக்கம் செலுத்துபவையாகவோ, நம்மீது திணிப்பதாகவோ இவர் அமைக்கவில்லை. அவை வேறான இசையாக இருந்த போதிலும் அவற்றை நமது இசையுடன் இழைத்து இசைவாக்கியதுதான் இவரது மாபெரும் சாதனை. அந்த இசை மூலம் அவர் நமது கற்பனைக்கு சவால் விட்டிருக்கிறார்.

நீரோடைகள், பனிமலைகள், பச்சை பசும் வயல்வெளிகள், மேகங்களால் மூடப்பட்ட நீல மலைகள், காலைக் கதிரின் ஒளிக்கற்றைகள், மாலைக்கதிரின் அழகு இவை போன்ற இயற்கைப்

பேரழகுகளை எல்லாம் தனது வாத்திய இசையால் நம் மனக் கண்களில் நிறுத்திக் காட்டினார்.

ஒருவர் தனது வாழ் நாளில் செய்ய வேண்டிய இசைக் கோலங்களை எல்லாம் இவர் குறுகிய கால எல்லைக்குள், அதிவேகமாச் செய்து காட்டினார். வேகமாச் செய்தாலும் தரத்தில் குறைவில்லாதது என்பது அவரது கலையாற்றலுக்கு சிறந்த எடுத்துக் காட்டாகும். இன்று சில இசையமைப்பாளர்கள் வருசத்திற்கு ஓரிரண்டு படங்களுக்கு இசையமைக்கப் படுகின்ற பாடுகளை நாம் அறிவோம். அவ்விதம் நீண்ட நாட்கள் எடுத்தும் பாடல்கள் சிறப்பாகவும் அமைவதில்லை.

இணைய தளங்களில் பாடல்களைத் தேடுவோர் இளையராஜா கொடுத்துள்ள சிறந்த பாடல்களின் பட்டியலையும், அவரது சமகாலத்தவர்களும், அவருக்குப் பின் வந்தவர்களும் கொடுத்துள்ள சிறந்த பாடல் பட்டியலையும் ஒப்பிட்டுப் பார்த்தாலே அவரது வேகமும், தரமும் வெளிப்படுத்தும் அவரது ஆற்றலை பரிசீலித்துக் கொள்ளலாம்.

எந்தவித வலிமையான சமூகப் பின்புலமும், கூட்டணியும், பரிவாரங்களும், அரசியல் பின்புலமும் இல்லாமல், தனித்து தன் இசை ஒன்றையே நம்பி 'இந்திய அளவில் இசையின் சகல பரிமாணங்களிலும்' வெற்றிக் கொடி நாட்டியவர் இளையராஜா ஒருவரே.

வட இந்தியாவில் ஹேம்சாந் பிரகாஸ், அணில் பிஸ்வாஸ், நௌசாத், S.D. பர்மன், சி. ராமசந்திரா, கய்யாம், ஹேமந்த் குமார், ஷங்கர் ஜெய்கிஷன், சலீல் சௌத்திரி, மதன் மோகன், ரோஷன், O.P.நய்யார், ரவி, R.D. பர்மன், தென்னிந்தியாவின் G. ராமநாதன், S.M.சுப்பைய்யா நாயுடு, S.V. வெங்கட்ராமன், C.R.சுப்பராமன், கோவிந்தராஜுலு நாயுடு, ஸி.சுதர்சனம், C. N. பாண்டுரங்கன், S. தட்சிணாமூர்த்தி, K. V. மகாதேவன், V. தட்சிணாமூர்த்தி, S. ராஜேஸ்வராவ், கி. ராமராவ், S. ஹனுமந்தராவ், T.சலபதிராவ், கண்டசாலா, A.M.ராஜா, பெண்டலாயா, பாப்பா, T.G. லிங்கப்பா, விஸ்வநாதன் ராமமூர்த்தி, மாஸ்டர் வேணு, R.கோவர்த்தனம், வேதா, G. தேவராஜன், M. P.ஸ்ரீனிவாசன், G. K. வெங்கடேஷ், M. S. பாபுராஜ் போன்ற இசைமேதைகளின் இசை ஊற்றுகளிலிருந்து உருவான மகாநதியே இசைஞானி இளையராஜா.

பெருநதிகள் கொண்டு வந்து சேர்க்கும் பலவகை நறு மூலிகைகள் மகாநதியில் கலந்தது போலவே மேற்சொன்ன அத்தனை

இசைமேதைகளின் இசை, மற்றும் அவர்களது நிறைவேறாத ஆசைகள், கனவுகள், கற்பனைகள் இளையராஜாவின் இசையால் நிறைவேறியுள்ளன என்று சொல்லலாம்.

ஓர் இசையமைப்பாளர் (composer) என்ற சொல்லுக்கு முழுமையாக அர்த்தம் கொடுப்பதாயிருந்தால் இளையராஜாவையே இந்தியாவின் ஒரே ஒரு COMPOSER என்று சொல்லவேண்டும். இசைஞானி இளையராஜா இந்த நூற்றாண்டு தந்த அதிசயம்.

'ஊன் உயிர்கள் உள்ளமெல்லாம்
உருகிடவே அருவியைப்போல்
தேனமுதத் தென்றலிலே
கானமுதம் பொங்குதடா
ஊட்டும் தாய் அன்பினிலே
உள்ளதெல்லாம் சொல்லி உன்னை
வாட்டமின்றி கண் வளர
வாழ்த்தியதும் இன்னிசையே
ஆடுவதும் பாடுவதும் அவரவர்க்கு வாய்ப்பதல்லால்
வீடு தோறும் கீரையைப் போல்
விலை போட்டு வாங்குவதா ?'

என்ற S. C. கிருஷ்ணன் பாடிய பழைய பாடல் வரிகளை கேட்கும் போது இளையராஜாவும், அவரது இசைப்பேராற்றலும் என் நினைவுக்கு வரும்.

'புது ராகம் படைப்பதாலே நானும் இறைவனே, விரலிலும் குரலிலும் ஸ்வரங்களின் நாட்டியம் அமைத்தேன் நான்...' அவர் பாடுவதாக காண்பித்தது தற்செயலானதா...?

அதுமட்டுமல்ல, இசைமேதை மொசார்ட் பற்றி இன்னொரு இசைமேதையான பிரான்ஸ் சுபேர்ட் (Franz Shubert) சொன்ன வாசகங்கள் கனகச்சிதமாக இளையராஜாவுக்கும் பொருந்துகிறது! இளையராஜாவின் இசையில் பிரமிக்கும் போதெல்லாம் இந்த வாசகங்கள் என் நினைவுக்கு வந்து போவதை தவிர்க்க முடிவதில்லை.

'A world that has produced a Mozart is a world worth saving. What a picture of a better world you have given us, Mozart !' - Franz ShuberT.

இளையராஜாவிற்கு பின் வந்த பல இசையமைப்பாளர்கள் தாளத்தை முன்னிறுத்தி முழக்குவதுடன், ஒரு மெட்டை வைத்துக்

கொண்டு, அதையே திரும்பத் திரும்ப அலுப்புத்தட்டும் வரையில் செய்து கொண்டுமிருக்கிறார்கள். ஆற்றலற்ற இந்தப் படைப்புக்களை ஏதேதோ பெயர் சொல்லியும் அழைக்கிறார்கள்.

இத்தகைய நிலை, பழமையின் கலாப் பிரக்ஞையையும், வாழையடி வாழையாய் வருகின்ற இசையையும் அதில் இழையோடிய மண்ணின் மரபிசையையும், அதில் உள்ளூறைந்த இன்பங்களையும் தொலைக்கும் கடைசி படிக்கட்டுகளில் நாம் நின்றுகொண்டிருக்கிறோமோ? எனவே எண்ணத் தோன்றுகிறது.

• • •

உலகமயமாக்கல் பொருளாதாரச் சூழல் தகவமைக்கும் 'இயந்திர இசைக் கோலம்'

தமிழ் திரைப்பட இசையின் வளர்ச்சியில் பாபநாசம் சிவன், ராஜகோபால் போன்ற ஆரம்பகால இசையமைப்பாளர்களை பின்பற்றி, அதில் தமிழ் மெல்லிசைக்கான முயற்சிகளை ஜி.ராமநாதன், எஸ்.எம் சுப்பையா நாயுடு, எஸ்.வி.வெங்கட்ராமன், ஆர். சுதர்சனம் போன்ற இசை மேதைகள் விரிவாக்கினார். பின் திரை இசைத் திலகம் கே.வி.மகாதேவன், மெல்லிசை மன்னர்கள் விஸ்வநாதன்–ராமமூர்த்தி, ஏ. எம். ராஜா போன்ற பல கலைஞர்கள் பெரும் பங்காற்றினார்கள். இவர்களின் தொடர்ச்சியாக இளையராஜா ஆச்சரியமிக்க வளர்ச்சியை காட்டினார். அவரது இசை பழமையாகவும், புதுமையாகவும் விளங்கியது.

இளையராஜாவின் இசையின் தாக்கமில்லாத அவரது சமகால இசையமைப்பாளர்கள் இல்லை என்ற நிலையை பார்த்தோம். இளையராஜாவின் இசை புதிய அலைகளை எழுப்பியது. இசை என்பது'கதாநாயக'னாக அவரது காலத்தில் உருவெடுத்தது. இசை பற்றிய விழிப்புணர்வை அவரது இசை ஏற்படுத்தினாலும், அவருக்கு முன்னிருந்த இசை மேதைகளின் வழியில், மரபில் நின்று பல புதுமைகளைச் செய்து காட்டினார். மேலைநாட்டு சங்கீதம் நன்கு தெரிந்தவர் எனினும் அவற்றை அளவான கலவையில் தர அவரால் முடிந்தது. அந்தக் கலவையில் இரண்டு இசை வகைகளின் பிணைப்பு ஒன்றை ஒன்று பிரிக்கவொண்ணாத, சிறப்புடன் இருந்ததுடன், அதில் எந்த வயதுப் பிரிவினரையும் ஏற்க வைக்கும் கலாமேதமையும் இருந்தது.

தமிழின் 'சிகர', 'இமய' இயக்குநர்களின் படங்களிலும்'கட்டாந்தரை' இயக்குநர்களின் படங்களிலும் அவரது இசை சிறப்பாகவே இருந்தது. கார்த்திக் படத்திலும் கமல் படத்திலும், ரஜனி படத்திலும் ராமராஜன் படத்திலும் இசை சிறப்பாகவே இருந்தது என்பதை நாம் கண்டோம்.

போட்டியும், பொறாமையும், காழ்ப்புணர்வும் நிறைந்த சினிமா உலகில் பொதுவாக ஏற்படக்கூடிய மனக்கசப்புக்களால் சில பெரிய இயக்குநர்கள் இளையராஜாவுடன் 'நானா நீயா' போட்டியில் இறங்கினர். இந்த மனவேறுபாடுகளால் அவர்கள புதிய இசையமைப்பாளர்களைத் தேடி ஓடவும் ஆரம்பித்தனர். அதன் நிகழ்வாக பல இசையமைப்பாளர்கள் 'சிகர', 'இமய' இயக்குநர்களால் கொண்டு வரப்பட்டனர். அவர்களில் மிக முக்கியமானவர்களாக மரகதமணி, அம்சலேகா, தேவேந்திரன். ரவீந்திரன், வீ.நரசிம்மன், எஸ்.ஏ. ராஜ்குமார், சௌந்தர்யன், தேவா போன்றவர்கள் அடையாளம் காணப்பட்டனர். அவர்கள் நல்ல பாடல்களைத் தந்தாலும், அவை கூட இளையராஜாவின் எதிரொலிகளாகவே இருந்தன. அவற்றிற்கு உதாரணங்களாக

01. சேலை கட்டும் பெண்ணுக்கொரு வாசம் உண்டு– (படம்: கொடி பறக்குது – இசை: அம்சலேகா)

02. காதல் என்னை காதலிக்கவில்லை– (படம்: கொடி பறக்குது இசை: அம்சலேகா)

03. கண்ணுக்குள் நூறு நிலவா– (படம்: வேதம் புதிது–இசை: தேவேந்திரன்)

04. சம்மதம் சொன்னேன் வந்துவிடு– (படம்: வேதம் புதிது–இசை: தேவேந்திரன்)

05. சங்கீத சுரங்கள்– (படம்: அழகன்–இசை: மரகதமணி)

06. தத்தித்தோம் தோம்– (படம்: அழகன்–இசை: மரகதமணி)

07. ஆவாரம்பூ ஆறேழு நாளா– (படம்: அச்சமில்லை அச்சமில்லை–இசை: வீ.நரசிம்மன்)

08. அம்மா அடி அம்மா– (படம்: ஒரு ரசிகன் ஒரு ரசிகை–இசை: ரவீந்திரன்)

09. சங்கீத வானில் சந்தோசம் பாடும்– (படம்: சின்ன பூவே மெல்ல பேசு–இசை: எஸ்.ஏ. ராஜ்குமார்)

10. சின்ன பொண்ணுதா வெக்கப்படுது– (படம்: வைகாசி பொறந்தாச்சு– இசை: தேவா)

11. காதல் கடிதம் வரைந்தேன்– (படம்: சேரன் பாண்டியன்– இசை: சௌந்தர்யன்)

12. தாமரைப் பூவுக்கும்– (படம்: பசும் பொன்– இசை: வித்யாசாகர்)

மேல் சொன்ன இசையமைப்பாளர்கள், நல்ல இசையமைப்பாளராக நல்ல பாடல்களைத் தர முயற்சித்தமை பாராட்டுக்குரியது. குறிப்பாக மரகதமணி பல நல்ல பாடல்களைத் தந்துள்ளார். அவர் வேறு மொழி படங்களுக்கு M. M. கீரவாணி என்ற பெயரிலும் இசையமைத்து வருகிறார். குறிப்பாக தேவராகம் என்கிற மலையாள படத்தில் மென்மையான, மெல்லிசைப் பாங்கான பாடல்களை தந்துள்ளார். மலையாளப் படங்களில் இசையமைத்துத் தனக்கென ஒரு பாணியை அமைத்த ரவீந்திரன் தலை சிறந்த பாடல்களைத் தந்து சென்றுள்ளார். அவரது மரணம், நல்ல இசை ரசிகர்களுக்கு மிகப் பெரிய இழப்பு என்று தான் சொல்லவேண்டும்.

ஒரு வருடத்தில் அதிகமான படங்களுக்கு இளையராஜா இசையமைத்தாலும் தரத்திலும் (ஒரு சில படங்களைத் தவிர) அவை சோடை போனதில்லை. இளையராஜாவுடைய பாடல் அமைப்பு முறைகளை பிரதி பண்ணத் தயங்காத ஓர் இசையமைப்பாளராக தேவா தமிழ் திரைக்கு'வைகாசி பொறந்தாச்சு' என்ற படம் மூலம் அறிமுகமானார்.

இளையராஜாவின் இசை மாதிரியின் மலிவான வடிவமாக, அவற்றை வெளிப்படையாகத் தெரியும் வண்ணம் பல பாடல்களை தேவா தந்தார். இளையராஜாவை தங்கள் படங்களுக்கு அமர்த்த முடியாத இயக்குநர்களின் மலிவு இசையமைப்பாளரானார். தனது தனித்துவத்தை காட்டத் தவறிய தேவா மற்றவர்களைப்'போல' (Imitation) இசையமைக்கும் இசையமைப்பாளரானார். தரம் பற்றிய எண்ணமில்லாத திரைப்பட வியாபாரிகளுக்கு இந்த Imitation இசை போதுமானதாக இருந்ததும் வியப்பில்லை. இளையராஜாவின் பாணியில் பாடல்களை வகை தொகையில்லாமல் தேவா செய்த நகலெடுப்புகள் அவரது இசையை மலினப்படுத்தின. அது இளையராஜாவின் இசையின் மதிப்பையும் ஓரளவு கெடுத்தது என்கிற உண்மையும் நமது கவனத்திற்குரியது.

இவை ஒரு புறமிருக்க, 1980 களின் மத்தியில் இந்திய பிரதமர் ராஜீவ் காந்தி கொண்டு வந்த நவீன பொருளாதாரக் கொள்கை தனியார்மயம், தாராளமயம், உலகமயம் போன்றவற்றை அறிமுகம் செய்தது. அதன் விளைவாக MTV, STAR டிவி போன்றவை இந்தியாவில் மெல்ல நுழைந்தன. அவை கலாச்சாரரீதியிலும் மாற்றங்களை ஏற்படுத்தின. அதன் தொடர்ச்சியாக அவர்கள் ஒளிபரப்பிய ஆங்கில பாடல்கள் ஒரு ரசனை மாற்றத்தை ஏற்படுத்தின.

ஆங்கிலேய அமெரிக்க பாப் பாடக, நடன மணிகளான சமந்த பாக்ஸ், மடோன்னா போன்றவர்களின் இசை நிகழ்ச்சிகளும் பரபரப்புடன் நிகழ்த்தப்பட்டன. இப்படிப்பட்ட இசை நிகழ்ச்சிகளுக்கு இந்திய திரைப்பட இசையமைப்பாளர்களும் பார்வையாளராக அழைக்கப்பட்டனர்.

பிறப்பால் இந்தியர்களாகவும், நினைவில் வெள்ளையர்களாகவும் வாழும் இந்தியர்களுக்கு ஓர் உவப்பான காலம் இது என்று தான் சொல்ல வேண்டும். ஏனெனில் அவர்களில் கணிசமானோர் தாய் மொழியில் பேசுவதைத் தாழ்ந்ததாகவும், ஆங்கிலத்தில் பேசுவது உத்தமம் எனும் ஒரு தாழ்வு நிலையால் பீடிக்கப்பட்டவர்களாகவே இருகின்றனர்.

தாய்மொழியான தமிழில் தங்கள் பிள்ளைகள் படிக்கக் கூடாது என்று எண்ணுகிற கணிசமான தமிழ் பெற்றோர்கள் இன்றும் இருப்பதை இந்த சந்தர்ப்பத்தில் நினவு கொள்ளலாம். இவ்விதம் தங்கள் தாய் மொழியில் படிக்க விரும்பாத மக்களை உலகில் எந்தப் பகுதியிலாவது நாம் காணமுடியாது. அது போலவே தமிழ் பாடல்களைக் கேட்பதும் தரக்குறைவான செயல், நாகரீகமற்ற செயல் என்பது போன்ற கருத்துக்கள் வைத்திருந்தவர்களுக்கு கொண்டாட்டமான காலமுமானது இதுவெனலாம்.

தனியார்மயம், தாராளமயம், உலகமயம் போன்ற கொள்கைகள் இந்தியாவின் உத்தியோக பூர்வ கொள்கையாகிய நிலையில், அந்த உலகமயக் கொள்கைகளுக்கு ஏற்ப மக்களை ஒருங்கமைக்கும் திருப்பணியை இந்திய அரசே தலைமை ஏற்றுக்கொண்டது, செய்து கொண்டுமிருக்கிறது. அதன் விளைவாக பன்னாட்டு நிறுவனங்களான கொக்கோ கோலா, பெப்சி போன்ற நிறுவனங்கள் உள்நுழைந்தன. பண்ட விற்பனையில் சாகசம் செய்ய விளைந்த அவர்கள் பண்பாட்டு ரீதியிலும் நுட்பமாக மூக்கை நுழைத்தன. கொக்கோ கோலா கண்டெடுத்த அழகியாக சுஸ்மிதா சென்னும், பெப்சி கண்டெடுத்த அழகியாக ஐஸ்வர்யா ராயும் உலக அழகிகள் ஆக்கப்பட்டனர். இதன் உள்நோக்கம் என்பது அழகு சாதனப் பொருட்களுக்கான சந்தையை கைப்பற்றுவதுதான் என்பதும் எல்லோரும் நன்கு உய்த்துணரலாம்.

நீண்ட காலம் இந்திய திரைப்படங்களைப் புறக்கணித்து வந்த ஆஸ்கார் விருது, மரணத்தின் வாசலில் இருந்த சத்யஜித்ரேக்கு 'வாழ்நாள் சாதனை' ஆஸ்கர் விருது (1992 இல்) கொடுத்து, தனது 'பாவத்தை' கழுவிக் கொண்டது. அமெரிக்க அரசின் இந்தியாமீதான புதிய போக்கின் வெளிப்பாடென இதனைக் கொள்ளலாம்.

என்பதுகளில் அமெரிக்காவின் உலகமய கொள்கையின் இசைத் தூதுவனாக உருவாக்கப்பட்ட மைக்கேல் ஜாக்சன், செயற்கைக் கோள்களின் (SATALITE) உதவியுடன் திட்டமிடப்பட்டு உலகெங்கும் காண்பிக்கப்பட்டார். அவரது வியக்க வைக்கும் பிரமாண்டமான மேடை அலங்காரங்கள், சிறப்பான ஒலிப்பதிவு தொழில் நுட்பம், ஒளியமைப்பு உள்ளடங்கிய இசை நிகழ்சிகள் உலகெங்கும் ஒரே நேரத்தில் விண் கோள்களின் வலைப்பின்னல் தொடர்பில் உருவாக்கப்பட்ட தொலைகாட்சிகளில் ஒளிபரப்பபட்டன.

புற்றீசல்களாக உருவான இருபத்தி நான்கு மணிநேர தொலைக்காட்சிகள் மூலம் இவை இடை விடாமல் ஒளிபரப்பப் பட்டன. கிட்டதட்ட 200 மில்லியன் மக்கள் உலகின் வெவ்வேறு திசைகளிலிருந்தும் ஒரே நேரத்தில் இவற்றைப் பார்க்கும் படியான நிலை வளர்ந்தது. உலகின் பல இனக் கலாச்சாரங்களை அழிக்கும் ஒரு போக்காக, ஒரு போதையாக இந்த வகை இசை திரும்ப, திரும்ப திட்டமிட்டு உலகெங்கும் ஒளிபரப்பட்டது. ஏனெனில், தொடர்ந்து ஒரு விஷயத்தை கேட்டுக்கொண்டிருந்தால் கேட்பவர் மனதில் அவை பதிந்து விடும். அப்படிப்பட்ட இசையை மக்கள் மனதில் முதலில் பதிப்பதே அவர்களது நோக்கமாக இருந்தது. இந்தப் போக்குக்கு இணங்கும் கலைத்துறையினர் பல நாடுகளிலும் ஊக்குவிக்கப்பட்டனர்.

இசை என்பது ஒரு பண்பாடு, கலாச்சார மரபிலிருந்து உருவாகிறது. நாம் மெக்சிக்கோ நாட்டு இசையை கேட்கும் போதும், எத்தியோப்பிய இசையை கேட்கும் போதும், அந்தந்த நாட்டு மக்களின் வெவேறு விதமான இசையை கேட்கிறோம். அவற்றில் உள்ள வித்தியாசமான இசையின் இனிமையை ரசிக்கிறோம். இந்திய இசையை ரசிக்கும் நாம் அவற்றின் ராகங்களை எல்லாம் வேறு சில நாட்டு இசைகளிலும் கேட்டு அதிசயித்து இன்புறுகிறோம்.

சூடான் நாட்டு இசையில் சுத்ததன்யாசி, சுத்தசாவேரி போன்ற ராகங்களின் சாயல்களைப் பாடல்களில் கேட்டு இன்புறுகிறோம். அது போலவே மேலைத்தேய இசையிலும் சில தமிழ் ராகங்களை அடையாளம் கண்டு, அதன் சாயல்கள் இருப்பதை கேட்டு ஆனந்திக்கிறோம். அந்தந்த ராகங்களின் சாயல்கள், வாசங்கள் அவற்றிலிருந்தாலும் கலாச்சார வேறுபாடுகளால் அவை புதிய தரிசனங்களைத் தருகின்றன. அதன் வழியாக கலை தித்திக்கிறது.

இந்த வேறுபாடான தித்திப்புகளை அழித்து தாங்கள் திணிக்கும் 'ஓர் இசை'க்கு ஏற்ப தாளம் போட வைப்பதே உலகமய கொள்கை வகுப்பாளர்களின் நோக்கம். உலகின் மக்கள் தொகையில் இசை

கேட்பவர்களே அதிகம். எழுத, படிக்கத் தெரியாதவர்கள் கூட இசையைக் கேட்கலாம். எந்த விதமான செலவும் இல்லாமல் இசையைக் கேட்கலாம். போகுமிடமெல்லாம் இசை ஒலித்துக் கொண்டிருக்கிறது. அப்படிப்பட்ட இசையை உலக மக்கள் மனதில் பதிய வைக்கவே மைக்கேல் ஜாக்சன், மடோனா இன்ன பிற மேலைத்தேய பாப் இசை பாடகர்களின் பாடல்களைத் திட்டமிட்டு ஒலிபரப்புகிறார்கள்.

அதில் உள்ள கவர்ச்சியைக் காட்டி மக்களை மயக்குகிறார்கள். எப்படிப்பட்ட உணவை உண்ண வேண்டும், என்னென்ன உடை உடுத்த வேண்டும், எப்படிப்பட்ட இசையை மக்கள் ரசிக்க வேண்டும் என்பதிலும் அவர்கள் குறியாக இருக்கிறார்கள். இது போன்ற மாற்றங்களை எல்லாம் கொண்டுவரும் கருவியாக இசையையும் அவர்கள் பயன்படுத்துகிறார்கள்.

“இசை உலகை மாற்றும், ஏனென்றால் இசை மக்களை மாற்றுகிறது” என்றார் ஓர் அறிஞர். இசைக்கு அந்த ஆற்றல் இருக்கிறது. உலக மக்களின் பண்பாடுகளை அழிப்பதற்கு இசை பயன்படுகிறது. பண்பாட்டை இழந்தால் மக்களை தம் எண்ணம் போல் ஆட்டிப்படைக்கலாம் என்பதும் அவர்கள் அறிந்த ஒன்றே.

இப்படிப்பட்ட ஒரு புறசூழ்நிலை அமைந்த நிலையிலும் எஸ்.ஏ. ராஜ்குமார், மரகதமணி, அம்சலேகா, தேவேந்திரன், ரவீந்திரன், வீ.நரசிம்மன் இப்படி பல இசையமைப்பாளர்களும் அறிமுகப்படுத்தப்பட்டு எதிர்பார்க்கப்பட்ட வெற்றி சாத்தியமாகாத சூழ்நிலையில், பத்தோடு பதினொன்றாக ஏ.ஆர்.ரகுமான் என்ற இளைஞர் அறிமுகப்படுத்தப்பட்டார்.

இவ்விதம் பல இசையமைப்பாளர்கள் அறிமுகம் செய்யப்பட்டு வெற்றியடையாத சூழ்நிலையில் தமிழ் சினிமாப் பாடல்களின் ஒலிப்பேழைகளில் இளையராஜாவின் பெயரை மட்டும் போட்டு அதனுடன், வேறொரு இசையமைப்பாளர்கள் இசையமைக்கும் படப் பாடல்கள் (அந்த இசையமைப்பாளர்களின் பெயர்கள் இல்லாமலேயே) விற்பனை செய்யப்பட்டன. ஏ.ஆர்.ரகுமான் புதிதாக அறிமுகமான ‘ரோஜா’ பட ஒலிப்பேழையிலும் இசையமைப்பாளரின் பெயர் இருக்கவில்லை என்பதை இங்கு ஆய்வு நோக்கில் கவனிக்கலாம்.

‘ரோஜா’ என்ற படத்தில் இடம் பெற்ற பாடல்கள் ஒலித்தரத்தில் சிறப்பானதாக விளங்கியது. பாடல்களில் ஏதோ ஒரு வேறுபாடு தெரிந்தது. பாடல்களும் பிரபல்யமடைந்தன. முஸ்லீம் எதிர்ப்புப்

படமாக விளங்கியதால் இந்தியா அரசின் மறைமுக ஆதரவுடன் தேசிய விருது கொடுக்கக் காரணமாகியது. முஸ்லீம் எதிர்ப்பை ஆரம்பித்து வைத்த 'ரோஜா' திரைப்படம் மணிரத்தினமும், பாலச்சந்தரும் இணைந்து எடுத்த படமாகும்.

அந்தப் படத்தின் இசையமைப்பாளரான ஏ. ஆர் ரகுமானின் இசைக்கும் தேசிய விருது கொடுக்கப்பட்டது. அந்த ஆண்டு விருதுக்குத் தெரிவு செய்யப்பட்ட படங்களில் இளையராஜா இசையமைத்த 'தேவர் மகன்' என்ற படமும் முக்கியமானதாக இருந்தது என்றும், இளையராஜாவின் இசை நன்றாக இருந்ததெனினும், ஒரு புது இசையமைப்பாளருக்கு கொடுப்பதென்று முடிவு செய்யப்பட்டதாக பின்னாளில் தேர்வுக் குழுவில் இருந்த இயக்குநர் பாலுமகேந்திரா கூறியமை கவனத்திற்குரியது.

'ரோஜா' படத்தில் இடம்பெற்ற 'சின்ன சின்ன ஆசை' பாடல் புகழ் பெற்றது. இந்தப் பாடலை முதன்முதலில் கேட்ட போதே ஆங்கிலப் பாடலான Red Red Wine என்று ஆரம்பிக்கும் UB40 என்ற இசைக்குழுவினர் 1980 களில் வெளியிட்ட புகழ்பெற்ற பாடலின் தாளத்தை அப்படியே தழுவிய பாடல் என்பதை நான் அவதானித்தேன். 'ரெக்கே' என்ற இசைப்பாணியின் தாளத்தைக் கொண்ட பாடல் அது. போப் மார்லி (Bob Marley) என்ற கருப்பினக்கலைஞர் அந்த வகை இசையை உலகம் முழுதும் புகழ் பெற வைத்தார். அந்த வகை இசையின் சிறப்பு என்பதே அந்த தாளம் தான்.

மேலைத்தேய இசை நன்கறிந்த இளையராஜா மேலைத்தேய இசையை அப்பட்டமாக பயன்படுத்தியிருக்கலாம். ஆனால் அவரோ அவருக்கு முன்பிருந்த இசை மேதைகள் போல, அளவோடு நிறுத்திக் கொண்டார். புதிய தொழில் நுட்பங்களும், அதற்கு பின்னால் ஓடுவதும், வெளிநாட்டு இசைக்குத் ஏற்ப தாளம் போடுவதும், மரபார்ந்த மண்ணின் இசையைச் சீரழித்து விடும் என்ற எண்ணமும் அதனால் முக்கியமாகக் தமக்குக் கெட்ட பெயர் வந்து விடும் என்ற தயக்கமும் பழைய இசையமைப்பாளர்களிடம் இருந்தது.

வட இந்தியாவில் 1990 களில் சில பாப் அல்பங்களைப் பாடி புகழ் பெற்றிருந்தவர் ஆஷா போஸ்லே, அது போல தென்னிந்தியாவில் இளையராஜா உச்சத்தில் இருந்தார். இந்த இருவரும் மேலைத்தேய இசைக்கு இந்திய அளவில் தோற்றம் தரக்கூடியவர்கள் அல்ல. அவர்களுடைய வயதும் பொருத்தமானதல்ல.

அவர்களுக்கு வேறு விதமான அடையாளம் இருந்தது. அதனால் மேலைத்தேய பாப் இசைக்கு இசைவாகப் போகக் கூடிய ஒருவர் தேவையாக இருந்தது. 'ரோஜா' பட வெற்றி அவர்கள் காத்திருந்த ஒருவரை பெற்றுக் கொடுத்தது.

'ரோஜா' பட வெற்றியின் மூலம் நல்ல இசை தருவார் என்ற எண்ணம் இசை ரசிகர்களிடம் ஓர் எதிர்பார்ப்பை உருவாக்கியது. 'சின்ன சின்ன ஆசை', 'புது வெள்ளை மழை' போன்ற பாடல்களில் மேலைத்தேய இசையை ஆரம்பித்த ரகுமான் தனது பாடல்களுக்கான உந்துதுலாக தொடர்ந்து பயன்படுத்தத் தொடங்கினார். ஆனால் பாடல்களின் ஒலித்தரத்தில் காட்டப்பட்ட நுட்பம் இசை மெட்டுக்களில் வெளிப்படவில்லை. அவை உணர்ச்சியற்ற அலங்காரங்களாகவே வெளிப்பட்டன.

மேலைத்தேய பாப் இசைக்குப் பின்னால் ஓடக் கூடியவராக ரகுமான் இருந்தார். அவர் ஏற்கனவே ராக் இசை குழுவை நடாத்தியதுடன் விளம்பரப் படங்களுக்கும் இசையமைத்து வந்தார். அவருக்கு பிடித்தது கண்ணி தாளமாகும். எங்கும் தாளம் எதிலும் தாளம் என்பது போல தாளத்தை ஒரு முழக்கமாக்கினார். தாளம் என்பது மனிதன் கண்ட ஆதிக் கலை. இசை, நாட்டியம், நாடகம் போன்ற கலைகளின் ஆதாரம் தாளம். மனிதனின் உள்ளியக்கத்தில் இயல்பாக இருப்பது. தாளத்தின் வேகம் பலவிதமான உணர்வுகளை தரவல்லது. தாளத்திற்குக் கட்டுப்படாத மனிதனே கிடையாது. பாடலின் மொழி விளங்காதவர்கள் கூட தாளத்தில் இலயித்து நிற்பர்.

'தாளம், தாளம், தாளம்;
தாளத் திற்கோர் தடையுண் டாயின்,
கூளம், கூளம், கூளம்.'

என்று அழகாகச் சொல்வான் பாரதி.

குறிப்பாக பருவ வயது இளைஞர்களை (13- 20 வயது) அலைபாய வைக்கின்ற வேகமான தாள இலயம் கொந்தளிப்புக்குள்ளாக்கி விடுவதாய் அமைந்து விடுகின்றது. அறியும் ஆர்வமும், உடல், உள மாற்றங்கள் ஏற்படும் வயதில், அவர்களை செய்தி ஊடகங்கள் திட்டமிட்டு குழப்பி விடுகின்றன.

ஒரு பாடலில் இளைஞர்களைக் கவரும் முக்கிய அம்சமாக தாளம் அமைகிறது. ஆனால் பாட்டுக்கு ஏற்பவே தாளம் அமைய வேண்டும் என்ற நிலை போய், பாடலுக்குத் தாளம் என்பது போய், தாளத்திற்குப் பாடல் என்ற நிலைக்கு தாழ்ந்து விட்டது.

'முக்காலா முக்காப்புலா லைலா' பாடலின் பின் அது போன்ற தாளத்தை முன்னிறுத்தும் பாடல்களைத் தருவதிலும், அர்த்தமற்ற வார்த்தைகளை வைத்துப் பாடல்களை பிரபல்யப்படுத்துவதிலும் திரைப்படக் காட்சிகளுக்குப் பொருந்தாத தேவையற்ற ஒலிகளை வைத்து பாட்டுக்களை அமைப்பது என்ற மலின உத்தியிலும் முனைப்பும் காட்டினார் ரகுமான். அர்த்தமற்ற சொற்களை வைத்து பாடலாக்குவதை முன்பிருந்த இசையமைப்பாளர்களும் மிக, மிக அரிதாக, எப்போதாவது ஓரிருமுறை செய்திருக்கிறார்கள்!

சில உதாரணங்கள்:

1. 'ஐயோ பாகிரியாமா' (படம்: சந்திரலேகா–1948– இசை: S. ராஜேஸ்வர ராவ்) இந்தப் பாடல் வெளிப்பார்வைக்கு அர்த்தமற்ற சொற்கள் போல் தெரிந்தாலும், படத்தில் மறைமுகமான, பூடகமான செய்தியைத் தெரிவிப்பதாக அமைந்தது. படத்தின் கதைக்கு அந்த பாடல் முக்கியமாக இருந்தது.

2. 'ஜாலிலோ ஜிம்கானா டோலிலோ கும்கானா'– (படம்: அமரதீபம் –1956– இசை: ஜி.சலபதிராவ்)

3. 'ஈ னா மீனா டீக்கா ஜெய் ஜமநீகா'– (படம்: அதிசயப்பெண் –1959– இசை: எஸ்.எம். சுப்பைய்யா நாயுடு)

4. 'மச்சான் உன்னைப் பார்த்து மயங்கி போனேன் நேற்று'– (படம்: பாசவலை–1956– இசை: விசுவநாதன் ராமூர்த்தி)

இந்தப் பாடல் (மச்சான் உன்னை பார்த்து) சுமார் என்று அந்த படத்தின் தயாரிப்பாளர் டீ. ஆர். சுந்தரம் கூறிய போது "இந்த பாடலை நாம் ஒரு ஹிட் பாடலாக்கி காட்டுகிறோம் என்று சொல்லி அந்த பாடலின் முன்னால் 'லொள் லொள் லொள் லொள்' என்ற பாடலுக்கு சம்பந்தமில்லாத அர்த்தமற்ற சமாச்சாரத்தை சேர்த்தோம். பாடல் பயங்கரக் ஹிட் ஆகியது" என்று மெல்லிசை மன்னர் எம்.எஸ்.விஸ்வநாதன் ஒரு பேட்டியில் கூறினார். படத்தில் ஒரு பெண் குடி போதையில், நாயை வைத்துக் கொண்டு பாடுவதாக அமைக்கப்பட்டிருந்தது.

5. 'ஜியோஜியோ யோ ஐயோ என் அம்புலியோ'– (படம்: அடுத்த வீட்டுப்பெண்–1960– இசை: ஆதிநாராயணராவ்)

6. 'ஜிங்கிடி ஜிங்கிடி உனக்கு சொல்லி தாரேன் மனக்கணக்கு'– (படம்: குருசிஷ்யன்–1987– இசை: இளையராஜா)

'முக்காலா முக்காப்பிலா லைலா போன்ற பாடல்கள் ஆரோக்கியமானதல்ல'– என்று ஆரம்பகாலப் பேட்டி ஒன்றில்

கூறிய ரகுமான், தானே தொடர்ந்து அது போன்ற அர்த்தமற்ற சொற்களைக் கொண்டு ஆரம்பிக்கும் பாடல்களையும், பாடல்களுக்குத் தேவை இல்லாத சப்தங்களையும் எழுப்புவது, காட்டு கத்தல் கத்துவது போன்றவற்றை புதுமை என்று நினைத்துச் செய்தும் வருகிறார். இன்று புகழ் பெற்றிருக்கும்'நாக்கு மூக்கா நாக்கு மூக்காஞ் நாக்கு மூக்கா... நாக்கு மூக்கா' பாடல் இந்த போக்கின் உச்சம் எனலாம். இவை போன்ற பாடலை மக்கள் விரும்புகிறார்களோ, இல்லையோ தொலைக்காட்சிகள் தொடர்ந்து ஒளிபரப்பி அதை பிரபல்யப்படுத்துகின்றன.

அகத்தூண்டுதல் என்பதை மலினப்படுத்துவது போல, பிற இசையமைப்பாளர்களின் புகழ் பெற்ற பாடல்களின் பல்லவிகளை பயன்படுத்தி தனது பாடலாக்குவதும், அல்லது வெவ்வேறு பாடல்களை வெட்டி ஒட்டுவது என்ற தவறான செய்முறையை மற்றவர்களுக்குச் செய்து காட்டியவர் ரகுமான். மற்றவர்களின் படைப்பிலிருந்து அகத்தூண்டுதல் பெறுவது கலைகளின் அடிப்படையே. மற்றவர்கள் பாடலில் எங்காவது ஓர் இடத்தில் தமக்கு தேவையானதை பிறர் எளிதில் கண்டுபிடிக்க முடியாத வண்ணம் மறைத்துவிடுவர். ஆனால் இவரோ மக்கள் நன்கு அறிந்த மற்ற இசைகலைஞரின் பாடல்களின் புகழ் பெற்ற பல்லவிகளை தனது பாடல்களில் அமைத்திருக்கிறார். இந்த முறை தனது பாடலை பிரபல்யமாக்கும் ஒரு மலின முறையாகும். பாடல்களில் பல்லவி என்பதுதான் அதன் அடையாளம். ரகுமான் எடுத்தாண்ட புகழ் பெற்ற பல்லவிகளைப் பார்ப்போம்.

1. 'என்னை விட்டால் யாருமில்லை'– (படம்: நாளை நமதே–1975– இசை: எம்.எஸ்.விஸ்வநாதன்)

'ரோஜா ரோஜா ரோஜா'– (படம்: காதலர் தினம்–(1999– இசை: ஏ ஆர். ரகுமான்) இந்த பாடலிலேயே எம்.எஸ்.விஸ்வநாதன் இசையமைத்த சிப்பியிருக்குது முத்துமிருக்குது– படம்: வறுமையின் நிறம் சிவப்பு– என்ற பாடலும் வரும்.

2.' தங்கபதக்கத்தின் மேலே'– (படம்: குமரிகூட்டம்–1971– இசை: எம்.எஸ்.விஸ்வநாதன்) இந்தப் பாடலின் பல்லவி கொண்டமைந்த பாடல் தான் 'என்னவிலை அழகே...'! என்னவிலை அழகே...'– படம்: காதலர் தினம்– இசை: ஏ ஆர். ரகுமான்

3. O Mere Sona Re- (படம்: Teesri Manzil-1966-இசை: R.D. பர்மன்)

இந்தப்பாடலின் நேரடித் தழுவலாக அமைந்த பாடல் 'நேருக்கு நேர் நின்று பாருங்கள் போதுமா' என்ற பாடல். நேருக்கு நேர்

நின்று– படம்: எதிரிகள் ஜாக்கிரதை (1967– இசை: வேதா. இந்தப்பாடலின் பல்லவியை 'வாராய் என் தோழி வாராய்... வாராய் என் தோழி வாராய்' என்ற பாடலின் பல்லவி ஆக்கியிருப்பார்.'வாராய் என் தோழி வாராய் என் தோழி'– (படம்: ஜீன்ஸ்–2004–இசை: ஏ.ஆர்.ரகுமான்)

4. Aap Jaisa Koi Meri Zindagi- (*படம்:* Qurbaani -1980- *இசை:* Pappi Lahiri) *1980 களில் புகழ் பெற்ற இந்த ஹிந்தி பாடலின் பல்லவியை 'பச்சைக் கிளிகள் தோளோடு' (படம்: இந்தியன்–1996– இசை: ஏ.ஆர்.ரகுமான்) என்ற பல்லவியில் கேட்கலாம்.*

5. ஆசையே அலை போலே (படம்: தை பிறந்தால் வழி பிறக்கும்– இசை: கே.வி.மகாதேவன்)

கே.வி.மகாதேவன் இசையமைத்து மிகவும் புகழ் பெற்ற இந்தப்பாடலின் பல்லவியே 'முக்காலா முக்காப்பிலா லைலா' என்ற பாடலின் பல்லவி! (படம்: காதலன்–1994– இசை: ஏ.ஆர். ரகுமான்)

6. 'உன்னை ஊர் கொண்டு அழைக்க தேர் கொண்டு வரும்மாம் தென்றல்'– (படம்: பூஜைக்கு வந்த மலர்– இசை: விசுவநாதன் ராமூர்த்தி) இந்தப்பாடலின் பல்லவியும் பின்னர் 'அழகின் காலடியில் அமைதி காண வந்தேன்' என்ற பாடலின் மூலப்பாடலான

O... Neele Gagen Ke Tele *படம்:* Hamraaz (1967) *இசை:* Ravi...

என்ற பாடலின் சரணங்களையும் கலந்த பாடல் தான் ரகுமான் இசை அமைத்த 'தென் மேற்கு பருவக் காற்று' என்ற பாடல். தாளம் மேலைத்தேயம், மெட்டு ஹிந்தி!

'தென் மேற்கு பருவக் காற்று'– படம்: கருத்தம்மா(1994– இசை: ஏ.ஆர்.ரகுமான்

8. Tune Mera Maine Tera Dil Le Liya-(*படம்:* Qaidi no 911-1959- *இசை:* Dutta Ram)

இந்தப் பாடலின் பல்லவியை ரகுமானின் ' உப்புக்கருவாடு ஊற வச்ச சோறு ' பாடலில் கேட்கலாம். (படம்: முதல்வன்–இசை: ஏ.ஆர்.ரகுமான்)

9. 'உறவுகள் தொடர்கதை'– (படம்: அவள் அப்படித்தான்– இசை: இளையராஜா) இந்தப்பாடலின் சாயலை 'உயிரே உயிரே...' பாடலில் கேட்கலாம். (படம்: பம்பாய்–1995– இசை: ஏ.ஆர்.குமான்)

10. The Robots- *(படம்:* Kraftwerk -1978)

இந்தப் பாடலின் அப்பட்டமான வடிவத்தை ' புதிய மனிதா' எந்திரன் படப்பாடலில் கேட்கலாம். (படம்: எந்திரன்–2010– இசை: ஏ.ஆர்.ரகுமான்)

11. Patta Patta Podda- Hariharan- gazal

இந்தப்பாடலின் சாயலை 'மலர்களே மலர்களே' பாடலில் கேட்கலாம். (படம்: லவ் பேர்ட்ஸ்–1996– இசை: ஏ.ஆர்.ரகுமான்)

12. Queitman (Beauty Nature Slow-*இசை:* Yanni*)*

13. Vangelis- *(படம்:* Chariot Of Fire -1981)

மேலே உள்ள இரண்டு பாடல்களையும் கேட்பவர்கள் 'புது வெள்ளை மழை' பாடலைக் கேட்கலாம். படம்: ரோஜா (1992– இசை: ஏ.ஆர்.ரகுமான்

ஏ.ஆர்.ரகுமானின் பிரபலய்மான பல பாடல்கள் இவ்விதம் வெவ்வேறு பாடல்களிலிருந்து வெட்டி ஒட்டப்பட்டவையாக இருப்பதைக் காணலாம்.

இது மட்டுமல்ல, பிரபலமான ஆங்கில, ஆப்பிரிக்க பாடல்களின் தாளங்களை அப்படியே எடுத்துக்கொண்டு, அதற்கு ஏற்ப பாடல்களை உருவாக்கி, அதில் நவீன ஒலியமைப்புக்களைக் காட்டி பிரமிக்க வைப்பதன் மூலம் அது Second Hand Music என்பதை அழகாக மறைத்தல், அதன் மூலம் உலக சந்தைக்குரிய இசையை தயாரிக்கும் பணியை முன்னிறுத்தி வேரில்லாத இசையை உருவாக்குதல், அதன் மூலம் இசையில் பண்பாட்டுக் கூறுகளை அழித்தல் போன்றவற்றை ரகுமானும் அவரைப் பின்பற்றி அவருக்கு பின் வந்த அனிருத், ஹாரிஸ் ஜெயராஜ், விஜய் அன்டனி, தேவிஸ்ரீ பிரசாத் போன்றவர்களும் செய்து வருவது வருந்தத்தக்க விசயமாகும்.

இவர்களுக்குக் கிடைத்த, கிடைக்கின்ற ஊடக வெளிச்சம், அங்கீகாரம், புகழ் எல்லோரையும் மிரள வைப்பதாக இருக்கின்றது. இப்படியான மிரள வைக்கும் போக்கினூடாக 'இது தான் சிறந்த இசை' என்பதாக மக்களை நம்ப வைக்கும் திருப்பணியை பத்திரிகைகளும், தொலைக்காட்சிகளும் ஊதிப்பெருக்கி செய்து வருகின்றன. சாதாரண மக்களின் மனதுக்கு இந்த இசை ஒவ்வாததாக அல்லது மனதில் ஒட்டாத இசையாக இருந்தாலும் கொடுக்கப்படும் விருதுகளால் அவர்களின் வாய்கள் அடைக்கப்பட்டு விடுகின்றன.

ஒரே ஒரு பாடல் மூலம் உலகப் புகழ் பெற்ற தனுஷின் 'கொலை வெறிப்பாடல்' எவ்விதம் உலகெங்கும் கொண்டு செல்லப்பட்டது என்பது இதற்கு சிறந்த உதாரணம் ஆகும். ஒரு 'தமிழ் (?)' பாடல் உலக அளவில் கொண்டு செல்லப்பட்டது என்று பலரும் பெருமைப்பட்டுக் கொண்டார்கள். அந்தப் பாடலைப் பாடிய தனுசை'இந்தியாவின் இசை அடையாளம்' அல்லது 'தனுசை தெரியாதவர்கள் இசை தெரியாதவர்கள்' என்றும் சொல்லலாமா? முன்பு ஓர் இசை விழாவில் ரகுமான் பெயர் தெரியாதவர்கள் 'இசை தெரியாதவர்கள் என்று தான் சொல்ல வேண்டும்' என்று சொல்லப்பட்டது. 'கொலை வெறி' பாடலின் சாதனை ரகுமானின் சாதனையை விட சாதனை என்றுதான் கொள்ளவேண்டும். இதனை தனுஷ் கூட ஒப்புக்கொள்ள மாட்டார்.

ஆனால் தனுஷ் 'அது ஒரு தவறுதலாக நடந்த சம்பவம், இனி மீண்டும் அது நடவாது' என்று சுய விமர்சனம் செய்து கொண்டார். இது போன்ற அபத்தங்கள் நிறைந்த காலமாக இந்தக் காலம் இருக்கிறது. எது நடக்கும் எது நடக்காது என்று ஆரூடம் சொல்ல முடியாத காலம்.

A.R.ரகுமான் உலகெங்கிலும் உள்ள இசையிலிருந்து அவற்றின் தாளங்களை எடுத்து, அல்லது அப்படியே பிரதி பண்ணி பல பாடல்களைத் தயாரித்துள்ளார். சில உதாரணங்களைப் பார்ப்போம். இவை அகத்தூண்டுதல் என்பதற்கு மாறான நேரடியான பிரதி எடுப்பு (COPY) தவிர வேறல்ல. அவர் ஒரு சிறந்த Copy & paste என்று சொல்லுமளவுக்கு செயற்பட்டிருக்கிறார் என்று தான் சொல்லத் தோன்றுகிறது.

கீழுள்ள ஒரிஜினல் பாடல்களையும் ரகுமான் இசையமைத்த பாடல்களையும் கேட்பவர்கள் இலகுவில் இதனை அறிந்து கொள்ளலாம்

1. Kube- Rhythm of the pride lands

பூ பூக்கும் ஓசை– *(படம்: மின்சாரக் கனவு)*

2. DR.Alban- om we rembwe ike- one love

தென் மேற்கு பருவக் காற்று– *(படம்: கருத்தம்மா)*

3. Osibisa- kelele funk– *(ஆப்பிரிக்க இசைக்குழு)*

பார்க்காதே பார்க்காதே– *(படம்: ஜென்டில்மென்)*

4. Poul young- love of the commen people

அக்கடான்னு நாங்க உடை போட்டா–படம்: இந்தியன்–

இந்தப்பாடலின் மெட்டு வாழ்க்கைபடகு (1963) படத்தில் வெளிவந்த 'ஆயிரம் பெண்மை மலரட்டுமே' என்ற பாடலின் மெட்டாகும்.

5. Deep forest- night bird

தில்லான தில்லானா– (படம்: முத்து)– ஆரம்ப இசை நேரடியாக பிரதி.

6. Ace of Base-Happy Nation

'டெலிபோன் மணி போல்'– (படம்: இந்தியன்)– தாளம் நேரடியாக பிரதி.

7. Can't Live without you& Happy Nation

'ஓமனப்பெண்ணே'– (படம்: விண்ணை தாண்டி வருவாயா)–

8. Ennini Morricone- For a few dollers more

'மெல்லிசையே மெல்லிசையே' – (படம்: Mr.ரோமியோ)

இங்கிலாத்தில் M. I.A என்ற பெயரில் புகழ் பெற்ற ஈழத்தமிழ் பெண்பாடகியான மாதங்கி அருள்பிரகாசம் என்பரின், kala என்கிற அல்பத்தில் வெளியான 'paper plane' என்ற பாடல் slum dog millionaire படத்தில் பயன்படுத்தபட்டது.

M. I.A வின் bamboo banga என்ற பாடலில் இளையராஜா இசையமைத்த தளபதி திரைப்படப் பாடலான 'காட்டுக்குயிலு மனசுக்குள்ளே' என்ற பாடலை ரீமிக்ஸ் ஆக கேட்கலாம். அந்த பாடலில் வரும்'எல்லோரும் சொர்க்கத்திலே' என்ற பாடல் வரிகளுடன் தொடங்கி, அதன் தாளம் முடியும் வரை பின்னிப் பிணைக்கபபட்டிருக்கிறது. M. I.A வின் hussel அல்பத்தில் இளையராஜாவின்'ஆட்டமா தேரோட்டமா' என்ற பாடல் பிணைக்கப்பட்டுள்ளது. மேலே சொன்ன பாடல்கள் போல இன்னும் பல பாடல்கள் உள்ளன.

ரகுமான் எங்கெங்கு என்னென்ன பாடல்களை எல்லாம் எடுத்தாண்டார் என்ற விபரம் இணைய உலகின் விரிந்து கிடக்கிறது.

ரகுமானின் ஆரம்பப்படமான ரோஜாவிலிருந்து கடல் வரை நீண்டு கிடக்கிறது. இவ்விதம் உலகெங்கும் உள்ள இசைகளை

அப்பட்டமாக காப்பி அடிக்கும் ரகுமான் மேதையாகவும், உயர்வாகவும், உள்ளூரில் அப்பட்டமாக காப்பியடிக்கும் தேவா தாழ்வாகவும், இழிவாகவும் பத்திரிகைகளால் வர்ணிக்கப்பட்டார். குமுதம், விகடன் போன்ற பத்திரிகைகள் கூச்சமில்லாமல் தேவா பற்றிய ஜோக்ஸ் வெளியிட்டன என்பது எல்லோரும் அறிந்த செய்தியே!

தேவா எந்தப் பாடலைத் தழுவி அவற்றை செய்கிறார் என்பதை அறிந்திருந்த பத்திரிகைகள், ரகுமான் எந்த வெளிநாட்டு பாடல்களைத் தழுவி இசையமைத்தார் என்ற விபரங்களை அறியாதிருந்தமையே அதற்குக் காரணம் எனலாம். தேவா உள்ளூர், ரகுமான் வெளியூர் என்பதுதான் வேறுபாடு. பட்டுக்கோட்டை கல்யாணசுந்தரம் அழகாகச் சொல்வார்.

'பட்டப் பகல் திருடர்களைப் பட்டாடைகள் மறைக்குது- ஒரு
பஞ்சையைத் தான் எல்லாம் சேர்ந்து திருடன் என்று உதைக்குது'

இசையில் உள்ளடக்கத்தில் கற்பனை வளமற்ற படைப்புக்களுக்கு விருதுகள் கொடுப்பதன் மூலம் அவர்களை விலைக்கு வாங்குவதன் ஊடாக மக்கள் மத்தியில் பிரமிப்பூட்டப்படுகிறார்கள். விருதுகள் பெற்று புகழ் பெறுபவர்களை துதிபாடுதலென்பது ஒரு கலையாகவே பயிலப்படுகிறது.

பிரமிக்கும் விருது கொடுப்புகளால் மயக்கத்தில் வீழ்ந்த எழுத்தாளர்கள், கலைஞர்கள், கலை விமர்சகர்கள், இந்த போக்குக்கு வக்காலத்து வாங்குவது அதிசயமானதல்ல. குறிப்பாக 'நவீன', 'தீவிர இலக்கிய' எழுத்தாளர்கள் எல்லாம் இசை பற்றியும் எழுதத் தொடங்கி இருக்கிறார்கள். இதில் வேடிக்கை என்னவென்றால், சாதாரண மக்கள் கேட்கும் பாடலின் அளவுக்குக் கூட இவர்கள் பாடல்களை கேட்டதில்லை.

ஆனாலும் இசை பற்றி எழுதுகிறார்கள். ஏனென்றால் இந்த 'அலையில்' தாம் விடுபட்டு போய் விடுவோம் என்ற பயமும் 'நமக்கு இதுவும் தெரியும்' என்ற இயலாமையும் தான் என நினைக்கத் தோன்றுகிறது! எழுத்து மூலம் பிரபலம் அடைந்த இவர்கள் மறைமுகமாக அவர்களை ஆதரிப்பதே அதன் நோக்கமாக இருக்கிறது. அதன் மூலம் தாங்கள் இன்னும் புகழ் பெறலாம் என்பதும் காரணமாக இருக்கலாம்.

மேற்கத்திய இசை என்ற கண்ணாடியை அணிந்து கொண்டு மேலைத்தேய இசையில் தெளிவான புரிதலற்ற வெறும் தாள இலயத்தை முன்னிறுத்தி செய்யப்படும் செக்கு மாட்டுத் தனமான

இசையும், உணர்ச்சிக் குழப்பமும், தெளிவான மொழியற்ற பாடல்களும் புது அங்கீகாரம் பெறுவதன் மூலம் உண்மையான கலையாக்கத் திறன் அழித்தொழிக்கப்படுகின்றது. குறுகிய காலத்தில் புகழ் பெற வைப்பதும், அங்கீகாரம், விருதுகள் கொடுப்பதும் பல இளம் கலைஞர்களின் படைப்பாற்றலைச் சீரழிப்பதாக உள்ளது.

கலைவாணர் என்.எஸ்.கிருஷ்ணன் பாடிய 'சரியில்லை மெத்த சரியில்லை' (படம்: டாக்டர் சாவித்திரி) என்ற ஓர் பழைய பாடலில், என்னென்ன சரியில்லை என்று வரிசைப்படுத்துவார். அதில்,

'சுதி விட்டு பாடுவதும்
ஜதி விட்டு ஆடுவதும்
சரியில்லை மெத்த சரியில்லை'

என்று பாடுவார். இன்றைய பாடல்களின் ஆதாரமே சுதி விட்டு பாடுவதும், ஜதி விட்டு ஆடுவதும் என்று சொல்லும் தரத்தில் உள்ளன. ஏ.ஆர்.ரகுமானின் செம்மொழி பாடலைக் கேட்ட போது என்.எஸ்.கே யின் இந்த பாடல் தான் ஞாபகத்திற்கு வந்து தொலைத்தது !

காட்டுக் கத்தல் புதிய நாகரீகமாகவும் கருதப்படுகிறது. தமிழ் தெரியாத பாடகர்கள் தமிழைக் கொச்சையாகப் பாட வைக்கப்படுகின்றனர் என்றால் தமிழ் பாடகர்களும் வேண்டுமென்றே கொச்சையாகப் பாட வைக்கப்படுகின்றனர்.

மேலே உள்ள பாடலைப் போலவே பாதுருஹரி (1944) என்ற படத்தில் ஜி.கி. மதுரம் பாடிய 'பாட்டைக் கேக்கோணும்' என்று ஆரம்பிக்கும் பாடலின் சரணத்தில் மிக அழகாக இன்றுள்ளவர்களுக்கு புத்தி புகட்டுவது போல பாடல் எழுதப்பட்டுள்ளது. இன்றுள்ளவர்கள் எப்படி எல்லாம் பாடுகிறார்களோ அப்படி எல்லாம் இருக்கக் கூடாது என்கிறது இந்தப்பாடல்.

சுதியும் குரலும் ஒன்றுக்கொன்று
சொந்தம் கொண்டாட வேணும்
நல்ல மதி சேர் மனதில்
நல்ல மகிழ்ச்சி நேர வேணும்
தொடரும் பதமும் பொருளும் தெரிய
பகுத்து பாட வேணும்
பக்கம் பார்க்காமல் பல்லைக் காட்டாமல்

தலையாட்டாமல் கையை நீட்டாமல்
அங்க சேஷ்டை செய்யாமல்
பதமும் பொருளும் தெரிய பகுத்துப் பாட வேணும்
பாக்களில் உள்ள வாக்கியங்களை
மூக்காலும் கடி நாக்காலும்
சொல்லி தேய்க்காமல் ஊரை ஏய்க்காமல்
பதமும் பொருளும் தெரிய பகுத்துப் பாட வேணும்.

'உணர்ச்சியில்லாமல் நல்ல இசையை வழங்குதல் சாத்தியமற்றது...' என்பார் வயலின் இசை மேதை யகூடி மெனுகின் (Yehudi Menuhhin)

ஆனால் இன்றைய கால கட்ட இசையை பலரும் ஒலிக்காகவே கேட்கிறார்கள். உணர்வுகளை விட ஒலிகளை முதன்மைப்படுத்துவதால் வந்த விபரீதம் இது. பொதுவாக இன்றையப் பாடல்களைப் பற்றி என்ன பேசுகிறார்கள்? பாடல்கள் சுமார் தான்; ஆனால் பாடலின் ஒலித்தரம் காரில் கேட்க நன்றாக இருக்கிறது என்று! ஒலி தொழில்நுட்பம் வளர்ந்த அளவுக்கு இவர்களது கற்பனை வளம் வளராமையே இதற்குக் காரணம்.

ரகுமானால் பின்பற்றப்படும் இன்றைய இசைப் பாணி மேற்கில் 1990 களில் உருவாக்கப்பட்ட கலப்பிசையின் பிரதியாகும். இந்த இசையை ஆரம்பித்து வைத்தவர் Nusrat Fateh Ali Khan (1948-1997) என்கிற தலைசிறந்த பாகிஸ்தானிய கவாலி இசைப்பாடகர். இவரது குடும்பத்தவர்கள் ஆறு தலைமுறையாக கவாலி (Qawwali) இசையைப் பாடி வருபவர்கள்.

கவாலி இசையை உலக அளவின் கொண்டு சென்ற பெருமை இவரைச் சாரும். இவரது கச்சேரிகள் எழுச்சியும், இனிமையும், கம்பீரமும் கொண்டனவாக இருக்கும். ஒரு ராகத்தை எடுத்துக் கொண்டு அவர் பாடும் போது, அவரைத் தொடர்ந்து அவரது குழுவினர் ஒவ்வொருவராக அதே ராகத்தை தங்கள் மனோதரத்திற்கேற்ப பாடி சிறப்பிப்பார்கள்.

குறிப்பிட்ட அந்த ராகத்தின் அழகுகளை எல்லாம் உணர்ச்சி மயமாகப் பாடி பிரமிக்க வைப்பார்கள். அவர்களது இசையில் பாகிஸ்தானிய, பஞ்சாபிய இசை ரசிகர்கள் கட்டுண்டு கிடப்பர். கேட்பவர்களை பிரமிக்க வைக்கும் இசை என்றால் இவரது இசை என்பதை அடித்துச் சொல்லிவிடலாம்.

ஸூபி இசையின் (SUFI MUSIC) பிரிவுகளான ஹசல், கவாலி போன்றவை மிக முக்கியமானவையாகும். பொதுவாக கவாலி

இசையின் பிறப்பிடம் பாகிஸ்தான் என்று சொல்லப்பட்டாலும், அதன் வேர்கள் ஈரான் இசையிலும், ஆப்கானிஸ்தான் இசையிலும் உள்ளன.

கவாலி இசையில் புகழ் பெற்ற கலைஞர்களில் Nusrat Fateh Ali Khan, Sabri Brothers முக்கியனானவர்கள். ஸுபி இசையின் ஹசல் வகையைச் சேர்ந்தவைதான் மெல்லிசையின் உச்சம் என்று இன்றும் போற்றப்படுகின்ற பழைய ஹிந்தி பாடல்கள்.

விஸ்வநாதன் ராமமூர்த்தி போன்ற பல இசையமைப்பாளர்களும் இந்தவகைப் பாடல்களின் தாக்கத்தினால் உந்துதல் பெற்றவர்களே. அதுபோலவே கவாலி, பங்க்ரா இசை வகையையும் தமிழ் பழைய சினிமா இசையமைப்பாளர்கள் தேவையான இடங்களில் பயன்படுத்தி வெற்றியும் கண்டிருக்கிறார்கள். ரகுமான்தான் சூபி இசையை கண்டெடுத்தது போல இப்போது சிலர் பிரச்சாரம் செய்கிறார்கள்.

கவாலிசைக்கு சில உதாரணங்கள்.

01. இங்கே மிருகம் பாதி– (படம்: சித்தி– இசை: எம்.எஸ். விஸ்வநாதன்)

02. பாரடி கண்ணே கொஞ்சம்– (படம்: வல்லவனுக்கு வல்லவன்– இசை: வேதா)

03. ஆற்றின் கரை தனிலே கண்ணன் என்னை– (படம்: அக்பர்–1960– இசை: நௌசாத்)

04. தங்கச்சி சின்னப்பொண்ணு– (படம்: கருப்புப்பணம்– இசை: விஸ்வநாதன்– ராமமூர்த்தி)

பங்க்ரா இசைக்கு உதாரணங்கள்:

01. தடுக்காதே என்னை தடுக்காதே– (படம்: நாடோடி மன்னன் –1958– இசை: S. M. சுப்பையாநாயுடு)

02. ஆடலுடன் பாடலைகேட்டு– (படம்: குடியிருந்த கோயில் இசை: எம்.எஸ்.விஸ்வநாதன்)

03. கல்யாண சாப்பாடு போடா வா– (படம்: மேயர் சந்திரகாந்த்– இசை: வி.குமார்)

04. நேத்து ராத்திரி தூக்கம் போச்சுது – (படம்: சகலகலா வல்லவன்–இசை: இளையராஜா)

05. நாட்டுக் கோட்டைச் செட்டியாரு– (படம்: – பாடியவர்: இசை: இளையராஜா)

பாடகர் Nusrat Fateh Ali Khan குழுவினரின் கச்சேரிகள் இங்கிலாதில் ஏராளமாக இடம் பெற்றுள்ளன. இதனால் ஏற்பட்ட புகழ் ஆங்கில இசை கலைஞர்களின் அறிமுகத்தைக் கொடுத்தது. அதன் விளைவால் Peter Gabriel என்கிற ஆங்கில ராக் இசைப்பாடகர் இவருடன் இணைந்து சில பாடல்களை உருவாக்கினார். மேலைத்தேய கலப்புடன் அலிகானின் பாடல்கள் ஒலிக்கத் தொடங்கின.

கவாலி கலப்பிசை (Qawwali fusion) என்கிற புதிய இசை பிறந்தது. அதன் முதல் இசைத் தொகுப்பு 'Mustt Mustt' என்ற பெயரில் இசைத்தட்டாக *1990* இல் வெளியானது. இந்த இசைத் தட்டை Peter Gabriel இன் இசை நிறுவனமான ReallWorld Records வெளியிட்டது. இதற்கு முன்பே பிறநாட்டு இசைகளை இந்த நிறுவனம் வெளியிட்டுள்ளது என்பதும் குறிப்பிடத்தக்கது.

இந்த ஆல்பத்தில் உள்ள 'Mustt Mustt (Lost in His Work) (Nusrat Fateh Ali Khan)' என்ற பாடல் வரிசைப் பட்டியலில் முதலிடம் பிடித்து புகழ் பெற்றது. அந்த இசைத்தட்டில் ரீமிக்ஸ் ஆக வெளிவந்த 'Mustt Mustt (Massive attack remix)' பாடல் மிகவும் பிரபல்யமானது. பின்னர் கொக்கோ கோலா விளம்பரத்திற்கும் இந்தப் பாடல் பயன்பட்டது.

இந்தப் பாடலின் புகழ் தான் இன்றைய தமிழ் சினிமா இசையில் A. R.ரகுமானின் அகத்தூண்டுதல் என்று சொல்லலாம். இந்த ஆல்பத்தில் வெளி வந்த பாடல்களின் பிரதிபலிப்பு இன்று வரை A. R.ரகுமானின் இசையில் தொடர்கிறது. இந்தக் காரணத்தால்தான் ரகுமானின் பாடல்கள் தமிழ் பாடல்கள் போல தெரிவதில்லை. தமிழில்தான் பாடப்படுகிறது, ஆனால் அவற்றில் உள்ள தமிழ் பாடல் வரிகளை எடுத்துவிட்டால் அவற்றில் தமிழ்த் தன்மை இல்லாதிருப்பதை நாம் உணரலாம்.

உலகெங்கும் ஒரே வகை மாதிரியான இசையை இன்று நாம் கேட்டு வருகின்றோம். அது உலகமயம் என்ற வல்லாதிக்கத்திற்கு ஏற்ப உருவாக்கப்பட்டு வருகிறது. உலகெங்கும் இது போன்ற இசை ஊக்குவிக்கப்படுகிறது. பல் இனக் கலாச்சாரங்கள் எல்லாம் புறம்தள்ளப்பட்டு, ஒரே வகைமாதிரியான நுகர்வுக்கலாச்சாரம் பரப்பபட்டு வருகின்றது. அந்த வகையிலேயே இசையிலும் ஒரே வகைமாதிரியான முறை பின்பற்றப்படுகிறது.

அந்த இசை ஜப்பானில், வியட்நாமில், தாய்லாந்தில், ஆப்பிரிக்காவில், அரேபியாவில் எங்கு ஒலித்தாலும் அவற்றில்

ஒட்டியிருக்கும் மொழியை அகற்றி விட்டால் சிறிதளவும் வித்தியாசம் தெரியாமல் இருப்பதை நாம் உணரலாம். அந்த 'உலக இசையின்' இந்தியாவின் பிரதிநிதியாக இந்திய திரைப்பட இசையமைப்பாளர்கள் செயல்படுகிறார் என்றே எண்ணத் தோன்றுகிறது. குறிப்பாக ரகுமானும் அவருக்குப் பின் வந்தவர்களும்.

ஏ.ஆர்.ரகுமான், ஹாரீஸ்ஜெயராஜ், விஜய்அன்டனி, ஜி.வி.பிரகாஷ், அனிருத், யுவன் சங்கர் ராஜா மற்றும் புற்றீசல்களாக அறிமுகமாகும் இன்னும் பல இசையமைப்பாளர்களின் இசையிலும் தனித் தன்மை தெரிவதில்லை. இவர்களில் வித்யாசாகர் நல்ல பாடல்களைத் தரும் முனைப்புடையவராவார். பல நூறு பாடகர்கள் அறிமுகம் செய்யப்பட்டாலும் அவர்களிலும் தனித்தன்மை வெளிப்படுவதில்லை.

நல்ல பாடகர்களான மதுபாலகிருஷ்ணன், ஷ்ரேயாகோசல் போன்றவர்கள் ஓரளவு தனித்தன்மை காட்டினாலும், ஒரே வகைமாதிரியான, சலிப்புத் தரும் ஃபார்முலா பாடல்களின் தன்மையால் அவர்கள் கூட மழுங்கடிக்கப்படுகிறார்கள். தற்போது வெளிவரும் பாடல்களுக்கும் ஆங்கில பாடல்களுக்கும் அதிக வேறுபாடில்லை என்னுமளவுக்கு இன்றைய தமிழ் திரை இசையின் நிலை மாறியிருக்கிறது.

1990 களின் ஆரம்பத்தில் ஐரோப்பிய நாடுகளில் அரேபிய சானல்களில் (MBC) அலி கானின் போல ஒலித்த அரேபிய பாடல்களும் ரகுமானின் பாடல்களுக்கு முன்மாதிரியானவையாக இருந்தன. அரேபிய பாடல்கள் மேலைத்தேய தாளங்களை கொண்டு பாடப்பட்டு வந்தன.

இந்த மாதிரித்தான் ரகுமானும் அவரைப் பின் தொடர்ந்த பல இசையமைப்பாளர்களும் பிரதி பண்ணினார்கள்... அதனால் தான் அரேபிய பாடல்களைப் போன்ற பாடல்கள் தமிழ் திரைப்படங்களில் 1990 களில் முழக்கமிட்டன. பல அரேபிய பாடல்கள் காப்பியடிக்கப்பட்டன. இந்த ரகப்பாடல்களை மக்கள் முகம் சுழித்தே கேட்டனர். கோமாளித்தனமான நடனங்களால் கேலிக்குரிய பாடல்களாகவும் அவை இருந்தன. இவை தமிழ் திரையிசையின் வீழ்ச்சியைத்தான் பறை சாற்றின.

கற்பனை வளமற்ற, தாளத்தை வெறும் முழக்கமாக்கி, வகை தொகையின்றி வெளிநாட்டு இசை காப்பியடிக்கப்பட்டன. அதன் பரிணாம வளர்ச்சி அதாவது பிறரது படைப்பைக் கூச்சமில்லாமல்

T.சௌந்தர் | 147

கொப்பியடிப்பதில் முடிந்திருக்கிறது. 'காப்பியடிப்பதில் வல்லமை காட்டும் ஒரு போக்கு', அது திறமை என்ற நிலைக்கு வளர்ந்துள்ளது. அதற்கு அவர்கள் நாகரீகமாக இட்ட பெயர் remix. இந்த நாமத்தை வைத்துக் கொண்டு பழைய பாடல்களை எல்லாம் குதறினார்கள்.

இவர்கள் செய்யும் இந்த 'கொடூரத்தை' இதன் மூலம் பழைய பாடல்களை மக்கள் கேட்கும் வாய்ப்புக்களை ஏற்படுத்துகிறார்கள்! என நியாயப்படுத்தவும் சிலர் முனைந்தார்கள். ஆனால் சிலர் அதிலுள்ள சாதக, பாதகங்களையும் சீர்தூக்கிப் பார்க்க முனைந்தனர். பின்னணிப் பாடகர் டி.எல்.மகாராஜன் சொல்வார்: 'அந்தப் பாடல்களை சுமாராகப் பாடினாலும் பரவாயில்லை, ஏன் பாட வந்தார்கள் என்பது போல பாடக்கூடாது' என்று.

இன்றுள்ள நிலைமையில் அந்தப்பாடல்களின் இனிமையை இந்த Remix கெடுக்கின்றது என்பதே பலரது குற்றச்சாட்டாக இருக்கிறது. இந்த Remix என்கிற சங்கதியை பழம்பெரும் இசையமைப்பாளர்களும் Remix என்ற பெயரில்லாமலேயே செய்திருக்கிறார்கள். மக்கள் மத்தியில் மிகவும் புகழ் பெற்ற மெட்டுக்கள் என்பதை நன்கு தெரிந்து பயன்படுத்தியிருக்கிறார்கள். சில உதாரணங்களைப் பார்ப்போம்.

01. 'கோடையிலே இளைப்பாற்றிக் கொள்ளும்

வகைகிடைத்த குளிர் தருவே'

என்ற வள்ளலாரின் அருட்பா விருத்தப் பாடலை நாடகங்களில் பாடி கிட்டப்பா பிரபல்யப்படுத்தினார். பல வருடங்களுக்குப் பின் அதே மெட்டை வைத்துக் கொண்டு இசைமேதை ஜி.ராமநாதன் கோகிலவாணி என்ற படத்தில்

'மாலையிலே மனச்சாந்தி தந்து

மணம் பரப்பும் மலர் வானமே...'

என்ற பாடலை சீர்காழி கோவிந்தராஜனை பாட வைத்தார். அந்தப் பாடல் ஒரு தனித்துவமிக்க பாடலாக வெற்றி பெற்றது.

02. 'ராதே உனக்கு கோபம் ஆகாதடி' என்ற தியாகராஜ பாகவதரின் பாடலை இசையமைப்பாளர் கே.வி.மகாதேவன் குலமகள் ராதை படத்தில் ராதே உனக்கு கோபம் ஆகாதடி என்று டி. எம் சௌந்தரராஜனை மீண்டும் பாட வைத்தார்.

03. 'உன்னை ஒன்று கேட்பேன்' என்ற புதிய பறவை படப் பாடலை இசைஞானி இளையராஜா, தாய்க்கு ஒரு தாலாட்டு

என்ற படத்தில் 'இளமைக்காலம் இங்கு' என்று திரும்பும் என்ற பாடலை தனது வாத்திய இசையால் அழகுபடுத்தியிருப்பார்.

பழைய பாடல், புதிய பாடல் என்ற வகைப்படுத்தல் இளையராஜாவின் காலத்திலேயே வகைப்படுத்தப்பட்டது என்பதும் குறிப்பிடத்தக்கது. இந்த பாடல் அவரது சுய விமர்சனப்பாடல் என்றும் நாம் வைத்துக் கொள்ளலாம். 'பழைய பாடல் போலே புதிய பாடல் இல்லை' என்று பாடவும், அதை எதிர்கொள்ளும் தைரியமும் அவரிடம் இருந்தது எனலாம். ஒரு சம்பவத்தை நினைவுபடுத்துவதற்காக சில பாடல்களை அதற்குப் பொருத்தமான காட்சிகளுக்குப் பயன்படுத்தினார்கள் என்றும் சொல்லலாம்.

ஆனால் இன்றோ பழைய திரைப்படப் பாடல்களை எடுத்துக் கொண்டு தாளத்தை முழக்குவததற்காகவே பயன்படுத்துகிறார்கள். 'தலை தெறிக்க ஆடுவது' இதுவே ஒரு வியாதி போல பரவி வருகிறது. ரகுமான் ஆரம்பித்து வைத்த இந்த ரீமிக்ஸ், வகை தொகையில்லாமல் மற்றக் கலைஞர்களின் படைப்புக்களை இழிவுபடுத்தும் பாங்கில், சேஷ்டையாகவும் பயன்படுத்துகின்றது. இன்றைய இசையமைப்பாளர்கள் பலரும் இதை ஒரு பிழைப்பாகச் செய்துவருவது அருவருக்கத்தக்க செயலாகும். படைப்பாற்றலற்றவர்கள் தமது கையாலாகத்தனத்தை மறைக்கும் ஒரு யுக்தியாகவும் இதனைப் பயன்படுத்துகின்றனர். இதற்கு எதிரான குரல்கள் அவ்வப்போது ஒலித்தாலும் அவை சட்டை செய்யப்படுவதில்லை.

2012 ஆம் ஆண்டு கவிஞர் புலமைப்பித்தன் மிகக்காட்டமாக ஒரு கருத்தை துணிந்து வெளியிட்டிருந்தமை குறிப்பிடத்தக்கது. பலரும் மென்மையான போக்கைக் கடைப்பிடித்ததால் எழுந்த ஆவேசக்குரலாக அவரது குரல் ஒலித்தது. அவர் சொன்னார்:

"தலை வாழை இலை போட்டு அதில் அறுசுவை உணவு பரிமாறிக்கொண்டிருக்கும் போது, ஏதாவது ஒரு நாய் வந்து அசிங்கம் செய்து விட்டுப் போவது போல கேவலமானது. தனது சொந்த டியூனை எப்படி வேண்டுமானாலும் கெடுத்துக் கொள்ள இசையமைப்பாளர்களுக்கு உரிமையுள்ளது. அதை நான் ஆட்சேபிக்கவில்லை. ஆனால் பழம்பெரும் இசையமைப்பாளர்களின் பாடல்களைச் சிதைக்க அவர்களுக்கு உரிமையில்லை. தலைவர் எம். ஜி.ஆரின் புகழ் பெற்ற பாடலான 'பூமழை தூவி' பாடலை ஒரு படத்தில் ரீமிக்ஸ் செய்வதாகக் கேள்விப்பட்டேன். அது

உண்மையானால், அந்த இசையமைப்பாளருக்கு எதிராக கோர்ட்டுக்குப் போவேன். ஏ. ஆர் ரகுமான் முதலில் தமிழைச் சரியாக கற்றுக் கொள்ளட்டும். பிறகு இசைப்பள்ளியை ஆரம்பிக்கட்டும்" – புலமைபித்தன்.

நல்லதை நல்லதென்றும், தீயதை தீயது என்றும் சொல்லத் தயங்குகின்ற இன்றைய காலகட்டத்தில் உண்மையைத் துணிந்து கூறியமை பாராட்டத்தக்கது. புகழ் பெற்றவர்களைப் பாராட்டுவதும் அவர்கள் செய்வதெல்லாவற்றையும் நியாயப்படுத்தும் போக்கையும் நாம் காண்கிறோம்.

இந்த Remix கலாச்சாரத்தைக் கடுமையாக, அதனைக் கண்டித்துக் கூறக்கூடிய அருகதையும், தகுதியும் உள்ளவரான மெல்லிசைமன்னர் எம்.எஸ்.விஸ்வநாதன் (August 2012) இல் கூறிய கருத்தும் குறிப்பிடத்தக்கது. பத்திரிகையாளர்களிடம் அவர் கூறிய கருத்து பின்வருமாறு:

"பழைய பாடல்களை ரீமிக்ஸ் செய்வது ரொம்ப தப்பான காரியம். அதை பண்ண தைரியம் வேண்டும். ரீமிக்ஸ் என்றால் கற்பழிப்பு என்று அர்த்தம். எல்லோருக்கும் திறமை இருக்கிறது. புதுசா பண்ணுங்க. சொந்த கற்பனையைப் பயன்படுத்துங்க. ரீமிக்ஸ் பண்ண வேண்டாம். ரீமிக்ஸ் என்பது சில நேரம் தப்பாக போய்விடும். அவரவர் கற்பனையில் நல்லது செய்யுங்கள்.

அந்த காலத்து பாடல்களை போல் இப்போது இல்லையே என்று பலரும் கேட்கிறார்கள். அந்தக் காலத்துப் பாடல்களைப் போல இப்போதும் போட முடியும். ஆனால் அப்படி கேட்டு யாரும் பாட்டு வாங்குவதில்லையே.

முன்பெல்லாம் இசைக் கலைஞர்கள் அனைவரையும் ஒரே இடத்தில் கூட்டி வைத்து பாடல்களை உருவாக்கினோம். இப்போது மிஷின் வந்துவிட்டது. மிஷினே பாட்டு வேலைகளையெல்லாம் செய்கிறது. மிஷினை வைத்து பாட்டுபோட எனக்கு தெரியாது."– எம்.எஸ்.விஸ்வநாதன்

ஆயினும் ரகுமானை நியாப்படுத்தப் பலர் இருக்கிறார்கள். அவரிடம் பாடும் பாடகர்கள், பாடகிகள் மற்றும் கவிஞர்கள், அதில் முதன்மையானவர் வைரமுத்து. ஒரு பேட்டியில் ரகுமான் அதிக நேரமெடுத்து இசையமைப்பைத் தாமதப்படுத்துகிறார் என்ற குற்றசாட்டுக்கு பின்வருமாறு வைரமுத்து பதலிளிக்கிறார்:

ரகுமான் மீதுள்ள பொதுவான குற்றச்சாட்டு, 'அவர் தாமதமாகச் செயற்படுகிறார் என்பதுʼ அது பற்றி கவிஞர் வைரமுத்து மிக அழகாக விளக்கம் கொடுக்கிறார்:

'அதை நானும் ஒப்புக் கொள்கிறேன். அவர் திட்டமிட்டுத் தாமதமாக இல்லை. வேண்டுமென்றே தாமதமாக இல்லை. அந்தப் பாடலின் விளைச்சலுக்காக, பாடல் என்ற நிலக்கரி வைரமாக முதிர்வதற்காக அவர் கொஞ்சம் நேரம் எடுத்துக் கொள்கிறார். அந்த நேரத்தில் அவர் என்ன செய்கிறார் என்பது எனக்குத் தெரியும். பல மெட்டுக்களைப் போட்டுப் போட்டு பார்த்து அழிக்கிறார். இது என் காதுக்குச் சுகமில்லை. இது என் நெஞ்சுக்கு நெருக்கமில்லை, இது தமிழர்களுக்கு ஆகாது, இந்த இசை ஏற்கனவே வந்தது, எனக்கு முன்னால் பெரும் சாதனையாளர்கள் இந்த மண்ணில் இருந்திருக்கிறார்கள், ஜி.ராமநாதன் அவர்கள், கே.வி.மகாதேவன் அவர்கள், எம்.எஸ். விஸ்வநாதன் அவர்கள், இளையராஜா அவர்கள் இவர்கள் எல்லாம் செய்யாத சாதனைகளை செய்ய முடியுமா? என்று அந்த சின்னஞ் சிறுவன் யோசித்து இந்தப் பெரியவர்களின் வழி காட்டுதலோடு, ஆனால் இந்த பெரியவர்களின் பாதிப்பு இல்லாத வகையில் அவன் இசையமைக்க வேண்டும் என்று ஆசைப்படுகிறான். அந்த ஆசையின் விளைச்சல்தான் இந்த வெற்றி என்று கருதுகிறேன்.”

– வைரமுத்து

இவ்விதம் ரகுமானே சிந்தித்து இருக்கமாட்டார்!

எழுத்தாளர் ஜெயமோகன் ரகுமான் பற்றி பின் வருமாறு எழுதுகிறார்:

"ஏ.ஆர்.ரஹ்மானைப் பற்றி ஷாஜி சொல்லும்போது அவரது இசையமைக்கும் முறையைப் பற்றிச் சொன்னார். பாடகர்களிடம் அவர்கள் சொந்தக் கற்பனையை உபயோகித்துப் பாடச் சொல்கிறார். இசைக் கலைஞர்கள் தங்கள் கற்பனைப்படி வாசிக்கிறார்கள். சிறந்ததைப் பொறுக்கி பொருத்தி அவர் பாடல்களை உருவாக்குகிறார். நா. முத்துக்குமாரும் அதைச் சொல்லியிருக்கிறார். ரஹ்மான் பல்லவி சரணம் என்று மெட்டு கொடுப்பதில்லை. அரை மணிநேரம் அந்த மெட்டை வாசித்தோ பாடியோ கொடுத்து விடுகிறார். அதற்கு எழுதப்படும் பலநூறு வரிகளில் இருந்து சிறந்ததை எடுத்துக் கொள்கிறார்

அவரது ஆளுமைக்குப் பதிலாக, ஒரு கூட்டுவெளிப்பாடு அவர் வழியாக நிகழ்கிறது. அவ்வாறு பல்வேறு திறமைகள் முயங்க உயர்தொழில்நுட்பம் உதவுகிறது. ரஹ்மானின் இசையைப் பற்றி விரிவாகப்பேச நான் தேர்ந்த இசை ரசிகன் அல்ல. ஏ.ஆர். ரஹ்மானுக்குக் கிடைத்திருக்கும் ஆஸ்கார் விருது அந்தத் திறனுக்கான சர்வதேச அங்கீகாரம்."– ஜெயமோகன்.

இசை ஒரு கூட்டுவெளிப்பாடு என்பது ஒரு பகுதி உண்மைதான். ஆனால் முன்னைய இசையமைப்பாளர்கள் சொல்வதைத்தான் மற்ற கலைஞர்கள் செய்தார்கள். அவர்களின் படைப்பாற்றலின் மேலாண்மை மிக்க ஆளுமையே அந்நிலையில் அவர்களை நிறுத்தியது. இசையமைப்பு நிகழும் அந்தக் கணங்களில் நிகழும் அற்புதங்களை அவர்கள் இசையாகப் பதிந்தார்கள். ஒரு சில வேளைகளில் சக கலைஞனின் அபிப்பிராயங்கள், ஆலோசனைகள் ஏற்கப்பட்டதுண்டு. இளையராஜாவோ ஒருபடி மேலே சென்று முழுமை பெற்ற இசைவடிவத்தை எழுதியே கொடுத்து விடுவார்.

இசை ஒரு கூட்டு வெளிப்பாடு என்றால், கூட்டாக அல்லவா விருதுகளும் வழங்கப்பட வேண்டும்?

ஜெயமோகன் போன்ற எழுத்தாளர்களின் இவர்களின் பெருமிதமெல்லாம் 'விருதுகளின்' அங்கீகாரத்தில் தான் கட்டப்படுகிறது. இவர் நடிகை ஐஸ்வர்யா ராய் பற்றி எழுதுவதைப் பாருங்கள்:

"ஐஸ்வர்யா ராயை நான் சந்தித்திருக்கிறேன். அரைமணி நேரம் பேசிக்கொண்டிருந்தேன். அழகான பெண். அழகான பெண்கள் இருப்பது போல் அல்லாமல் புத்திசாலியும் கூட. அவருடன் பேசும் போதெல்லாம் 'இவர் உலக அழகி' என்ற எண்ணம் வந்த படியே இருந்தது. அல்ல இப்படியும் சொல்லலாம், 'உலகம் என்பது தான் என்ன?' என்ற எண்ணம், உலகில் எத்தனை கோடிப் பெண்கள், எத்தனை கோடி அழகிகள், எத்தனை லட்சம் பேரழகிகள் எத்தனை வண்ணங்கள், எத்தனை வடிவங்கள். ஆனால் யாரோ நம்மிடம் சொல்லிவிட்டார்கள் 'இவர் உலக அழகி' என்று. பலகோடி ரூபாய் செலவில் அதை விளம்பரம் செய்து நிறுவி விட்டார்கள். அது ஒரு உண்மையாகி விட்டது. அதன் பின் நம்முடன் இருப்பது ஒரு பெண்ணல்ல. ஒரு குறியீடு. ஒரு அமைப்பு." – ஜெயமோகன்.

ஆனால் இதே எழுத்தாளர் இன்னொரு பெண் எழுத்தாளரான அருந்ததி ராய் பற்றி பின்வருமாறு எழுதுகிறார். அருந்ததி

ராய் ஒடுக்கப்பட்ட மக்கள் சார்பாகப் பேசி வருபவர் என்பது குறிப்பிடத்தக்கது.

"ஒரே ஒரு பல்ப் நாவல் மட்டும் எழுதிய, போதிய அரசியல் அறிவோ, வாசிப்போ, கள அறிவோ இல்லாத இந்தப் பெண்மணிக்கு ஊடகங்கள் உலகெங்கும் அளிக்கும் விளம்பரத்தின் உள்சதிகளை காணும் கண்ணற்றவர்களாக இருக்கிறார்கள்."– ஜெயமோகன்.

இன்னுமொரு எழுத்தாளரோ இளையராஜாவை விமர்சிக்கிறேன் பாணியில் 'மேலைநாட்டு செவ்வியல் இசையை அப்படியே படியெடுத்து தனது இசையில் பொருத்துகிறார்' என்கிறார். ஆனால் அவர்களால் அவர் எந்த படைப்பிலிருந்து அதை செய்தார் என்பதை நிரூபிக்க முடியாதவர்களாயும் இருக்கின்றார் என்பது தான் வேடிக்கை.

இது போன்ற அறியாமையை நியாயப்படுத்த இளையராஜாவுக்கு முன்பிருந்த இசைமேதைகளை எல்லாம் துணைக்கு இழுத்து வைத்துக் கொண்டே, அவர்களின் இசையில் பெருமதிப்பு வைத்திருப்பதாகப் பாவனை செய்து கொண்டே இளையராஜாவுக்கு எதிரான தாக்குதல்களை நிகழ்த்துகிறார்கள்.

இதற்கு உதாரணமாக சாருநிவேதிதா எழுதிய ஒரு பதிவில் செக்கோஸ்லாவாக்கிய நாட்டு சிம்பொனி இசைக்கலைஞரான Bedrich Smetana என்பவரின் VLTAVA என்ற இசைப் படைப்பை காட்டி 'இது போன்ற இசைகளை வெட்டி ஒட்டுகிறார் ராஜா' என்கிறார். ஆனால் இதில் வேடிக்கை என்னவென்றால், இந்த இசைவடிவத்தைக் கேட்கும் போது மெல்லிசைமன்னர் எம்.எஸ். விஸ்வநாதன் இசையமைத்த 'ராஜாவின் பார்வை ராணியின் பக்கம்' என்கிற 'அன்பே வா' திரைப்படப் பாடலின் பல்லவியுடன் பொருந்திப் போகிறது.

தமிழ் திரைப்படக் கதையை ஒரு தேநீர் வழங்கும் பையனும் சொல்வது போல, 'கதை தயாரிப்பது' போல, இசையைத் தயார் செய்பவர்களாக இருப்பதால், இன்றைய இசையமைப்பாளர்களை ஓர் இசை தயாரிப்பாளர்கள் என்றே அழைத்தல் பொருத்தமாக இருக்கும். பாடகர்களும், வாத்தியக்காரர்களும் தங்கள் கற்பனைக்கு ஏற்ப பாடுவதை, வாசிப்பதை பொறுக்கி ஒட்டுவதா இசையமைப்பாளனின் வேலை?

உண்மையான இசைக்கலைஞனிடம் அந்தக் கணத்தில் பீறிட்டு எழுவதுதான் இசை. ஜி.ராமநாதனிலிருந்து இளையராஜா வரை அவர்களின் கற்பனைக்கும், இசைவடிவங்களுக்கும்தான்

T.சௌந்தர் | 153

வாத்தியக்காரர்கள் துணை போயிருக்கிறார்கள். வாத்தியக்காரர்களிடம் என்ன வேண்டுவது என்பது அவர்களுக்கு நன்கு தெரிந்திருந்தது. ஆனால் இந்த மாதிரியான பல பாடல்களை ரகுமான் 'தயாரித்திருப்பதை' அவரிடம் பாடிய பாடகிகளும், பாடகர்களும் பல சந்தர்ப்பங்களில் 'அவர் எங்கள் நண்பர் நாங்கள் எங்கள் எண்ணத்திற்கு பாடலாம்' என்று கூறியிருக்கிறார்கள்.

என்னுடைய நீண்ட கால நண்பர், என்னை விட பல வயதுகள் மூத்தவர், நீண்ட காலம் வெளிநாட்டில் வசிப்பவர், மிகப் பழைய பாடல்களின் ரசிகர், அவர் புதிய பாடல்களை பற்றி எந்த ஒரு சந்தர்ப்பத்திலும் என்னோடு பேசியவரல்ல. ஆனால் பேச்சுவாக்கில் ஒருநாள், "ஏ.ஆர்.ரகுமான் மிகத் திறமையான இசையமைப்பாளர். அவருடைய பாடல்கள் உங்களிடம் இருக்கிறதா?" என்று கேட்டார். "நீங்கள் கேட்கும் பாடல் என்னிடம் இருக்கிறதோ தெரியவில்லை, நீங்கள் பாடலை சொல்லுங்கள் பார்க்கலாம்" என்றேன். கொஞ்சம் தாமதித்து "நான் அவருடைய பாடல்கள் ஒன்றுமே கேட்டதில்லை" என்றார் அசட்டுச் சிரிப்போடு. ஏ.ஆர். ரகுமானின் பாடல்களைக் கேட்காத ஒருவருக்கும் தெரிந்திருக்கிறது ஏ.ஆர்.ரகுமான் சிறந்த இசையமைப்பாளர் என்று! இது ஒரு சிறிய உதாரணச் சுட்டல் மட்டுமே.

இந்த கட்டுரை எழுதும் போது டென்மார்க் எழுத்தாளரான H.C.Anderson எழுதிய the emporer's new cloths என்ற குட்டி கதை ஞாபகத்திற்கு வருகிறது. அந்த கதையின் சுருக்கம் இது தான்.

புதிய ஆடை அணிவதில் மோகமிக்க ஓர் அரசனை, இரண்டு நெசவாளிகள், தாம் அதி நவீன டிசைன்களில் ஆடை செய்வதாகக் கூறி ஏமாற்றுகிறார்கள். ஆடை நெசவுக்கென்று விலையுயர்ந்த பொருட்களை வாங்க வேண்டும் என்று கூறி பணம் பறிக்கின்றார்கள். தாம் ஆடை நெய்வது போல பாவனையும் காட்டுகிறார்கள். அதே நேரத்தில் தாம் நெய்யும் ஆடைகள் அறிவில்லாதவர்களுக்கும், முட்டாள்களின் கண்களுக்கும் புலப்படாது என்று கூறி விடுகிறார்கள். மந்திரிகளும், அதிகாரிகளும் அவர்கள் நெய்யும் ஆடை ஒன்றுமில்லை என்று தெரிந்தும், உண்மையைச் சொன்னால் தம்மை முட்டாள் என்று சொல்லி விட்டால் தங்கள் பதவிகள் பறி போய் விடும் என்று எண்ணி, அவர்கள் நெய்யாத ஆடைகளை எல்லாம் அற்புதம், அபாரம் என்று போற்றி மன்னனையும் உற்சாகப்படுத்துகிறார்கள். மன்னன் அந்த ஆடையை அணித்து ஊர்வலம் போகும் நாளும் வருகிறது. மன்னனும் தான் முட்டாள் இல்லை என்று நிரூபிக்க அந்த

இல்லாத ஆடையை அணிந்து பாவனை காட்டி ஊர்வலம் போகிறான். மந்திரிகளும் அதிகாரிகளும் அற்புதம், அற்புதம் என்று கோஷமிடுகிறார்கள். அந்த ஊர்வலத்தில் சென்ற ஒரு குழந்தை தந்தையிடம் "அய்யோ மன்னனின் உடம்பில் ஒரு துணியுமில்லை" என்று கூச்சலிடுகிறது. அந்தக்கூச்சல் ஊர்வலத்தில் பரவுகிறது. மக்கள் எல்லோரும் "மன்னனின் உடம்பில் ஒரு துணியுமில்லை" கோஷமிடுகிறார்கள். மன்னனுக்கும் புரிகிறது, ஆனால் ஊர்வலத்தை நிறுத்த விரும்பவில்லை.

தமிழ் நாட்டின் இன்றையை திரை இசை அம்மணமாகி நிற்பதைச் சொல்ல H.C. Anderson னின் அந்தக் 'குழந்தை' இல்லையே!

முன்பெல்லாம் மிக அரிதாக வந்து போகக் கூடிய விருந்தாளிகள் போல வந்து நம்மை மகிழ்வித்த மேல்நாட்டு இசை, இன்று நாம் வரவேற்காமலேயே வந்த விருந்தினர் போல, நம் வீட்டில் உட்கார்ந்து நம்மை அதிகாரம் செய்யும் பரிதாபநிலைக்கு நாம் வந்துள்ளோம். பாப் கலாச்சாரம் திட்டமிட்டுப் பரப்பப்படுகிறது.

ரகுமானும், அவருக்கு பின்வந்தவர்களும் தரும் பாடல்கள் உணர்வு நிலையில் பாதிப்பை ஏற்படுத்துவதில்லை. 'உயிரே... உயிரே' என்று ஓலமிட்டாலும் மனதில் சலனங்களை எழுப்புவனவுமல்ல. உணர்ச்சிச் செறிவு இல்லாத இசை, வெறும் அலங்கார இசை மக்கள் மனங்களில் அமர முடியுமா? இசை நிறுவனங்கள் ஏற்கனவே தயாரித்து பழக்கப்படுத்த முனையும் தாளலயங்களை, ஒலி மாதிரிகளை முன்னிறுத்தி தயாரிக்கப்படும் இயந்திர இசை மக்களுக்கு அன்னியமாயிருப்பதால் அவை நின்று நிலைப்பதில்லை. அவை அற்ப ஆயுளில் மறைந்து போக நேர்கிறது. உணர்ச்சியற்ற மேலோட்டமான இசையினால் ஏற்படும் விளைவு இது.

வியாபாரத்திற்காக உருவாக்கப்படும் வேரில்லாத இசை இன்று வலிந்து ஊடகங்களால் தொடர்ச்சியாகத் திணிக்கப்பட்டு, பரப்பபட்டு வருகிறது. கணினியில் இசை மென்பொருட்களைக் கொண்டு பலரும் இசையமைப்பதால் புற்றீசல்களாக அறிமுகமாகும் பல இசையமைப்பாளர்களின் (இசை உற்பத்தியாளர்களின்) இசையில் தனித்தன்மை தெரிவதில்லை. இந்த நிலைமை இன்றைய மொபைல் தொலை பேசியில் ஒலிக்கும் அழைப்பு ஒலி (RinkTone) போன்றே உள்ளது. எல்லோரிடமும் உள்ள மொபைல் தொலைபேசிகளில் ஒரே விதமான சத்தங்கள் ஒலிக்கும் போது, ஒருவர் தானாக 'அது என்னுடைய தொலைபேசி' என்று உறுதிப்படுத்துவது போலவே, இன்றைய இசையமைப்பாளார்களும்'இந்த பாடல்களுக்கு நான் தான்

இசையமைத்தேன்' என்று சொன்னால் தான் நமக்கு புரியும் என்கிற பரிதாபத்தில் இன்றைய தமிழ் சினிமா இசை உள்ளது.

இவ்விதம் இசை மலினப்படுத்தப்படும் அதே வேளையில், இசை அமைப்பு என்பது உயர்ந்த தொழில் நுட்பம் சார்ந்ததாகவும் ஆக்கப்பட்டு வருகின்றது. இந்த நுட்பங்களை அறிய வாய்ப்பில்லாதவர்கள், படைப்பாற்றல் மிக்கவர்கள் இசைத்துறைக்கு வர இயலாத அளவுக்கு மறைமுக முட்டுக்கட்டை போடப்படுகிறது.

அகத்தூண்டுதல் என்பதை முற்றாக தவறாகப் புரிந்து கொண்ட அல்லது, அது பற்றிய சிந்தனையற்ற விரைவான புகழையும், விருதுகளையும், அங்கீகாரங்களையும் எதிர்பார்க்கின்ற, குறுக்கு வழிகளில் அவற்றைப் பெறத் துடிக்கின்ற, சந்தர்ப்பங்களுக்கேற்ப நடிக்கின்ற, படைப்பாற்றலற்றவர்களின் கையில் இன்றைய சினிமா உலகம் சிக்கியுள்ளதோ என்று எண்ணத் தோன்றுகிறது. இன்றைய உலகமயக் கொள்கைகளுக்கு அடிமையாகி போன ஒரு கூட்டத்தின் கையில் இன்றைய சினிமா இசை சிக்கித் தத்தளிக்கின்றது.

இசையமைப்பது என்பது மற்ற கலைகளைப் போன்றே சிறப்பான கலை. அது எல்லோருக்கும் கைவரப் பெறுவதல்ல. ஆனால் இன்றைய தொழில்நுட்ப வளர்ச்சி என்பது அந்தக் கலையாற்றலை தொழில் நுட்பமாக மாற்ற முயற்சிக்கிறது. பெருவணிகத்தின் வீச்சும், அதை ஊக்குவிக்கும், அதன் அத்தியாவசியத் தேவையான விளம்பரமும் இன்று கலையாகப் பிரச்சாரப்படுத்தப்படுகிறது.

வாழும் மண்ணோடு பின்னிய உலக மக்களின் பண்பாடுகளை அழிப்பதும், இறையாண்மையை அழிப்பதும் உலகமயத்தின் பிரதான குறிக்கோளாக இருக்கிறது. அந்த குறிக்கோளிற்கு உதவும் ஒரு கருவியாக இசை பயன்பட்டு வருகிறது. சகல துறைகளிலும் உலகமயக் கொள்கை திணிக்கப்பட்டு வருகிறது. கம்ப்யூட்டர்களை, சில மென்பொருட்களை இயக்கத் தெரிந்தவர்கள் எல்லாம் கலைஞர்களாக போற்றப்படும் அவலநிலை உருவாகியிருக்கிறது. இதன் விளைவு இசையில் பன்முகம் இழந்த, ஒரே ரகமான, அலுப்புத்தட்டுகின்ற இசை முழக்கப்பட்டு வருகிறது. மகத்தான நவீன தொழில் நுட்பத்தை வைத்துக் கொண்டு இவர்களால் வித்தைதான் காட்ட முடியும் என்ற நிலைக்கு, கலையம்சத்தை கொலை செய்துவிட்ட இவர்களது இசை சாட்சியாக நிற்கிறது.

நல்ல இசையைக் கேட்கச் சந்தர்ப்பமில்லாதவர்களுக்கு தேவையானால் இது போன்ற இசையற்ற முழக்கங்கள் வியப்பாக இருக்கலாம்.

1965 ஆம் ஆண்டு ஜெயகாந்தன் எழுதிய ‘பாரீசுக்குப் போ’ என்ற நாவலில் இசை பற்றிய விழிப்புணர்வு மிக்க ஆழ்ந்த கருத்துக்களை வெளிப்படுத்தியிருப்பார். ‘உணர்ச்சிமயமான இன்னிசையொப்பு முறைகளை இந்தியச் செவிகளுக்கு ஏற்ப உருவாக்க வேண்டும்… . அரங்கேறாத வாத்தியங்கள் பல நமது கிராம மக்களிடம் இருக்கின்றன… . நமது சங்கீதத்தில் உள்ள ஆரோகண, அவரோகண முறைகள் மிகவும் சிறந்தவை… நமது இந்த முறையை உலகம் நம்மிடமிருந்தே கற்றுக்கொண்டது… . அதுபோல் வளர்ச்சி குறைந்து தேங்கி நிற்கும் நமது இன்றைய சங்கீதத்தில் ராகங்களையும், ராகினிகளையும் ஹார்மொனியோடு அமைத்து ஆகர்ஸ்டா மியூசிக்கைச் சிறப்பாக உருவாக்கிட முடியும் என்று நம்புகிறேன். இன்று நமக்கு அது தேவை. அந்தத் தேவையைப் பற்றிய பிரக்ஞை இல்லாமல் எப்படியோ முறையற்ற வழியில் அந்தத் தேவை பூர்த்தி செய்யப்பட்டுக் கொண்டிருக்கிறது என்று தற்காலச் சினிமாப் பாடல்களின் / சங்கீதங்களின் மூலம் நான் உணர்கிறேன். ’

தமிழின் தலை நிமிர் எழுத்தாளர் ஜெயகாந்தன் 1960 களில் கூறிய இத்தகைய கருத்துக்களை மனதில் உள்ளிழுத்து தனது இசைப்படைப்பில் ஹார்மொனி இசையை இணைத்து மலைக்க வைத்தவர் இசைஞானி இளையராஜா என்பதை அனுபவம் உணர்த்தி நிற்கிறது.

ஜி.ராமநாதன், எஸ்.வி.வெங்கட்ராமன், சி. ஆர். சுப்பராமன், எஸ்.எம் சுப்பைய்யாநாயுடு, ஆர். சுதர்சனம் போன்ற இசை மேதைகள் தமிழ்த்திரை இசையை மண் மணத்தோடு ஒரு எல்லை வரை வளர்த்தெடுத்தார்கள். அதை அடுத்த கட்டத்திற்கு விஸ்வநாதன் ராமமூர்த்தி, கே.வி.மகாதேவன் ஏ. எம். ராஜா போன்றோர் வளர்த்தெடுத்தார்கள். அவர்கள் வழியே இசைஞானி இளையராஜா இசையின் உச்சங்களை எல்லாம் தொட்டார். கலையம்சமான இத்தகைய இசையின் தொடர்ச்சி அவருடன் தேக்கமடைந்து நின்று விடலாமோ? வேதனைதான் மிஞ்சுகிறது. ஆனாலும் காலம் நம்பிக்கைகளை துளிரிடத்தான் செய்யும்!

நமக்கு வேண்டாததை விலக்கி செழுமைமிக்க நமது இசைகளிலிருந்து, உயிர்துடிப்புமிக்க நமது ராகங்களிலிருந்து, நமக்கேயுரிய தாளங்களிலிருந்து புதியஒளி பாய்ச்சும் இசை இன்றைய நமது தேவையாகும்.

• • •

உதவிய நூல்கள் / கட்டுரைகள் / ஒலிப்பேழைகள்

1. கர்ணாமிர்த சாகரம்– ஆப்ரகாம் பண்டிதர்
2. சித்தர் பாடல்கள்– மீ. ப. சோமு
3. தமிழ்நாடக வரலாறு– டி. கே. சண்முகம்
4. சங்கரதாஸ் நாடகங்களில் இசைக்கூறுகள்– அரிமளம் பத்மநாபன்
5. தமிழர் வளர்த்த கலைகள்– மயிலை சீனி வேங்கடசாமி
6. இலக்கியக்கலை– அ. ச. ஞானசம்பந்தன்
7. புதுமைப்பித்தன் அச்சிடப்படாத படைப்புக்கள்– ஆ. இரா. வெங்கடாசலபதி
8. திரை இசை அலைகள்– வாமனன்
9. இளையராஜா சகோதரர்களின் இசைப்பயணம்– சங்கைவேலவன்
10. சந்கீதக்கனவுகள்– இளையராஜா
11. திரும்பிப்பார்க்கிறேன்– ஜெயா டி. வி– டி. கே. ராமமூர்த்தி பேட்டி
12. திரும்பிப்பார்க்கிறேன்– ஜெயா, டி. வி– எம்.எஸ்.விஸ்வநாதன் பேட்டி
13. மனதோடு மனோ– ஜெயா டி. வி– எம்.எஸ்.விஸ்வநாதன் பேட்டி
14. பாரீசுக்குப் போ– ஜெயகாந்தன் நாவல்
15. Timeline of dvorak in America
16. Music CD collections Hits of 1940s Hits of 1950s Hits of 1960s

17. என்னுடைய World Music Collections.
18. Youtube
19. இணையத் தகவல் தளங்கள், எண்ணற்ற இசைக் கோர்வைகள்.